വിജ്ഞാനവർഷം

പുസ്തകം 82

ഗലീലിയോയും ശാസ്ത്രവിപ്ലവവും

Galileyoyum Sasthra Viplavavum

Prof. A Prathapachandran Nair

CHINTHA PUBLISHERS
Thiruvananthapuram

First Edition
January 2011

Third Edition
March 2017

Second Impression
November 2021

Fourth Edition
First Impression
February 2022

Published & Typesetting
Chintha Publishers, Thiruvananthapuram

Printed at
Time offset Printers, Thiruvananthapuram

Cover Design
Midas

ISBN - 978-81-26208-04-3

CR - VV. 82 / 3107 / 5853

₹ 130

Email: chinthapublishers@gmail.com
Website: www.chinthapublishers.com

A version is available at National Libraries
Kolkata, Mumbai, Chennai and Delhi

Distribution
DESHABHIMANI BOOKHOUSE
H O Thiruvananthapuram 695035

Branch
Head Office Kunnukuzhi • Statue Thiruvananthapuram
KSRTC Bus Terminal Thampanoor • Saphalyam Complex Thiruvananthapuram
KSRTC Bus Station Alappuzha • KSRTC Bus Station Ernakulam
Machingal Lane Thrissur • IG Road Kozhikode
Mavoor Road Kozhikode • NGO Union Building Kannur
Central Bus Terminal Complex Thavakkara Kannur

ഗലീലിയോയും ശാസ്ത്രവിപ്ലവവും

പ്രൊഫ. എ പ്രതാപചന്ദ്രൻ നായർ

ചിന്ത പബ്ലിഷേഴ്സ്
തിരുവനന്തപുരം-695 035
വില: ₹ 130

പ്രൊഫ. എ പ്രതാപചന്ദ്രൻ നായർ

പാലാ സെന്റ് തോമസ് കോളേജിലും മട്ടന്നൂർ മുതൽ ധനുവച്ചപുരം വരെയുള്ള വിവിധ എൻ എസ് എസ് കോളേജുകളിലും ഫിസിക്സ് അധ്യാപകനായിരുന്നു. തിരുവനന്തപുരം എം ജി കോളേജിൽ ഫിസിക്സ് വിഭാഗം തലവനായിരിക്കേ വിരമിച്ചു.

കേരളസർവകലാശാലയുടെ സിൻഡിക്കേറ്റ്, സെനറ്റ്, അക്കാദമി കൗൺസിൽ എന്നിവയിൽ അംഗമായിരുന്നു. 2001 –2006 കാലത്ത് എ കെ പി സി ടി എയുടെ സംസ്ഥാന ജനറൽ സെക്രട്ടറിയായിരുന്നു. *കേരള പ്രൈവറ്റ് കോളേജ് ടീച്ചർ* മാസികയുടെ ചീഫ് എഡിറ്ററായും മാനേജിങ് എഡിറ്ററായും പ്രവർത്തിച്ചിട്ടുണ്ട്. ഇപ്പോൾ ഇ എം എസ് അക്കാദമിയിൽ പ്രവർത്തിക്കുന്നു.

വിലാസം: കുരവട്ടം
പരുത്തിപ്പള്ളി
തിരുവനന്തപുരം – 695574

ഉള്ളടക്കം

1

ഗലീലിയോയുടെ ജീവിതത്തിലൂടെ

മധ്യകാലഘട്ടത്തിലെ നവോത്ഥാനത്തിന്റെ ഉണർവ് ഏറെപ്രകടമായ വടക്കുപടിഞ്ഞാറൻ ഇറ്റലിയിലെ ഒരു സംസ്ഥാനമായിരുന്നു 'ടസ്കനി.' നവീനമായ ആശയങ്ങളുടെയും പുതുപുത്തൻ പ്രവണതകളുടെയും വേലിയേറ്റമുണ്ടായ അക്കാലത്ത് ടസ്കനിയിൽ ധാരാളമായി പുസ്തകങ്ങൾ പ്രസിദ്ധീകരിക്കപ്പെട്ടിരുന്നു. അതുകാരണം, ലോകത്തെവിടെയും, പ്രത്യേകിച്ചും യൂറോപ്പിൽ ഉണ്ടാകുന്ന ഏതൊരു ചലനവും ടസ്കനിയിൽ ചർച്ചാവിഷയമാകാറുണ്ടായിരുന്നു. ഇത്തരമൊരു അന്തരീക്ഷത്തിൽ ടസ്കനിയുടെ തലസ്ഥാനമായ ഫ്ളോറെൻസ് നഗരത്തിന്റെ പ്രാന്തപ്രദേശത്തുള്ളതും കലയുടെയും സംസ്കാരത്തിന്റെയും കേന്ദ്രവുമായ പിസാ പട്ടണത്തിൽ 1564 ഫെബ്രുവരി 15ന് ഗലീലിയോ ഗലീലി (Galileo Galilie) ജനിച്ചു. ഗലീലിയോയുടെ പൂർണപേര് ഗലീലിയോ ബൊനാട്ടി ദെ ഗലീലി (Galileo Bonaiuti de' Galilie) എന്നായിരുന്നു. അച്ഛൻ 'വിൻസെൻസോ ഗലീലി' (Vincenzo Galilie)യും അമ്മ 'ഗുലിയ അമ്മന്നാട്ടി' (Giulia Ammannati)യും. അവരുടെ ആറുമക്കളിൽ മൂത്തയാളായിരുന്നു ഗലീലിയോ. കൂടെപ്പിറപ്പായി രണ്ട് സഹോദരിമാരും മൂന്നു സഹോദരന്മാരും ഉണ്ടായിരുന്നുവെങ്കിലും അവരിൽ മൂന്നുപേർ ബാലാരിഷ്ടതകൊണ്ടു മരിച്ചു.

1525 ൽ ഫ്ളോറെൻസിൽ ജനിച്ച വിൻസെൻസോ മതപുരോഹിതനും കമ്പിളിവ്യാപാരിയും ആയിരുന്നു. സംഗീതോപകരണങ്ങൾ കൈകാര്യം ചെയ്യുന്നതിലും ഗാനങ്ങൾ സംവിധാനം ചെയ്യുന്നതിലും മറ്റും നിപുണനായിരുന്ന അദ്ദേഹം നല്ലൊരു ഗായകനും സംഗീതലോകത്ത് ശ്രദ്ധേയനായ സൈദ്ധാന്തികനും അധ്യാപകനും ആയിരുന്നു. ഈ മേഖലയിൽ നിരവധി പുസ്തകങ്ങളും അദ്ദേഹം എഴുതി പ്രസി

ഢീകരിച്ചിരുന്നു. വ്യാപാരത്തിനുപുറമേ സംഗീതസംവിധാനവും രചനാ വൈഭവവും പ്രയോജനപ്പെടുത്തിക്കൊണ്ടാണ് സാമ്പത്തികമായി പിന്നോക്കം നിന്ന തന്റെ കുടുംബത്തെ അദ്ദേഹം സംരക്ഷിച്ചുവന്നത്.

ഇറ്റലിയിലെ പെസ്ക്യാ(Pescia) യിൽ ജനിച്ച ഗുലിയ ഡെഗ്ലി അമ്മ ന്നാട്ടി (Giulia degli Ammannati)യുമായി വിൻസെൻസോയുടെ വിവാഹം നടന്നത് 1562 ജൂലൈ 5ന് ആണ്. മൂത്തമകനായ ഗലീലിയോ കുട്ടിക്കാലത്തുതന്നെ സംഗീതത്തിലും ചിത്രകലയിലും തൽപ്പരനായിരുന്നു; കളിപ്പാട്ടങ്ങളും ചെറിയ യന്ത്രങ്ങളും കൗതുകകരമായി നിർമിക്കുന്നതിൽ ബഹുസമർഥനുമായിരുന്നു. ഏറ്റവും ഇളയകുട്ടിയായ മൈക്കലാഞ്ചലോ ഗലീലി(Michalangelo Galilie) 1575 ഡിസംബർ 28ന് ജനിച്ചു. മൈക്കലാഞ്ചലോ അച്ഛനെപ്പോലെ അറിയപ്പെടുന്ന സംഗീതജ്ഞനായി.

ഗലീലിയോക്ക് എട്ടുവയസ്സ് ഉള്ളപ്പോൾ വിൻസെൻസോയുടെ നാടായ ഫ്ളോറെൻസിലേക്ക് ഗലീലിയോയുടെ കുടുംബം മടങ്ങി. ഗലീലിയോയെ അമ്മയുടെ ബന്ധുവായ മുസിയോ ടെഡാൽഡി (Muzio Tedaldi) യുടെ അടുത്ത്, പിസായിൽ, രണ്ടു വർഷത്തേക്ക് വിട്ടിട്ടാണ് അവർ പോയത്. ഗലീലിയോയുടെ രണ്ടുവർഷത്തെ പ്രാഥമിക വിദ്യാഭ്യാസം പിസായിലേയും പാദുവായിലേയും ഗണിത അധ്യാപകനായിരുന്ന ജോകോപോ ബോർഘിനി (Jocopo Borghini) യുടെ അടുത്തായിരുന്നു. ഗലീലിയോ വ്യാകരണവും ഗണിതവും പഠിച്ചുതുടങ്ങുന്നത് ഇവിടെ നിന്നാണ്. ഗലീലിയോയുടെ പിതാവിന് തന്റെ പുത്രന്റെ വിദ്യാഭ്യാസച്ചെലവ് താങ്ങാൻ കഴിയാത്ത സാഹചര്യം വന്നപ്പോൾ പതിനൊന്നു വയസു മാത്രം പ്രായമുള്ള ഗലീലിയോയെ ഫ്ളോറെൻസിന്റെ തെക്കു കിഴക്കായി 34 കിലോമീറ്റർ ദൂരത്തുള്ള 'വല്ലംബ്രോസ' പട്ടണത്തിലെ

പിസാ വിസ്റ്റാ

ഒരു സന്യാസിമഠമായ കമാൽ ഡോലെസേ ആശ്രമത്തിലെ സ്കൂളിൽ പഠിക്കാൻ അയച്ചു. യുവഗലീലിയോ അവിടെ താമസിച്ചുവരവേ സന്യാസ ജീവിതം (പൗരോഹിത്യം) സ്വീകരിക്കാൻ തയാറാകുന്നു എന്ന വിവരം അറിഞ്ഞ വിൻസെൻസോ ഉടൻതന്നെ മകനെ ഫ്ളോറെൻസിലേക്ക് തിരിച്ചുകൊണ്ടു.

ഗലീലിയോയുടെ ജന്മസ്ഥലം

കുലീനനെങ്കിലും സാമ്പത്തികമായി തളർന്നുപോയ ഗലീലിയോയുടെ അച്ഛന് മകൻ കച്ചവടത്തിലേർപ്പെട്ട് പണം സമ്പാദിക്കണമെന്നായിരുന്നു ആഗ്രഹം. എന്നാൽ ഗലീലിയോക്ക് കച്ചവടത്തിൽ ഒട്ടും തന്നെ താൽപ്പര്യമില്ലായിരുന്നു. നല്ലൊരു സംഗീതജ്ഞനും ചിത്രകാരനുമായിരുന്ന ഗലീലിയോ തുടക്കത്തിൽ ശാസ്ത്രത്തേയും ഇഷ്ടപ്പെട്ടിരുന്നില്ല. ഗലീലിയോയെ വൈദ്യം പഠിപ്പിച്ച് നല്ലൊരു ഡോക്ടർ ആക്കിയാൽ ധാരാളം സമ്പാദിക്കാമെന്ന് വിൻസെൻസോ കണക്കുകൂട്ടി. പിതാവിന്റെ ആഗ്രഹമനുസരിച്ച് 1581 ൽ ഗലീലിയോ, പിസാ യൂണിവേഴ്സിറ്റിയിൽ ചേർന്ന് തത്വശാസ്ത്രവും വൈദ്യശാസ്ത്രവും പഠിച്ചു തുടങ്ങി. പിസായൂണിവേഴ്സിറ്റിയിൽ പഠിക്കുന്നകാലത്ത് ഗലീലിയോ ക്ലാസിൽ 'നല്ല കുട്ടി' ആയിരുന്നില്ലത്രെ! ഏതു കാര്യത്തിലും സംശയംപ്രകടിപ്പിക്കുക, ചോദ്യം ചോദിക്കുക എന്ന രീതി ഗലീലിയോക്കുണ്ടായിരുന്നു. മഹാത്മാരായിരുന്ന ഗ്രീക്കുതത്വജ്ഞാനികളുടെ പ്രസ്താവനകൾ പോലും അധ്യാപകർ പഠിപ്പിക്കുമ്പോൾ കണ്ണുമടച്ച് അംഗീകരിക്കാൻ ഗലീലിയോ തയാറായിരുന്നില്ല. ഇതുകാരണം ക്ലാസിലെ കൂട്ടുകാർ ഗലീലിയോയെ 'വഴക്കാളി' എന്ന് ഓമനപ്പേരിട്ട് വിളിച്ചു.

മെഡിക്കൽ വിദ്യാർഥിയായാണ് ചേർന്നതെങ്കിലും വൈദ്യശാസ്ത്ര ക്ലാസുകൾ ഗലീലിയോയിൽ ഒരു താൽപ്പര്യവും ജനിപ്പിച്ചിരുന്നില്ല. ഗലീലിയോ കോഴ്സിന് ചേർന്നതിന്റെ രണ്ടാംവർഷം ടസ്കൻ കോർട്ടിലെ 'ഓസ്റ്റിലിയോ റിക്ചി' (Ostilio Ricci)യുമായി പരിചയപ്പെടാൻ അവസരം ലഭിച്ചു. (ഓരോ വർഷവും ക്രിസ്തുമസ് മുതൽ ഈസ്റ്റർ വരെ ടസ്കൻ കോർട്ട് ഫ്ളോറെൻസിൽനിന്നും പിസായിലേക്ക് മാറുന്ന ഒരു രീതി ഉണ്ടായിരുന്നു.) അക്കാലത്ത് ഒരുദിവസം ഗലീലിയോ റിക്ചിയെ കാണാൻ ചെന്നപ്പോൾ അദ്ദേഹം കോർട്ടിൽ 'യൂക്ലിഡി' (Euclid) നെ ക്കുറിച്ച് പ്രഭാഷണം നടത്തുകയായിരുന്നു. ഗണിതാധ്യാപകനായ റിക്ചിയുടെ ക്ലാസ് ഗലീലിയോയെ വളരെയധികം ആകർഷിച്ചു. കോർട്ടിലെ അംഗങ്ങൾക്കു

മാത്രമായി നടത്തിയിരുന്ന ക്ലാസുകൾ ഗലീലിയോ പല പ്രാവശ്യം ഒളിച്ചുനിന്നു കേൾക്കുമായിരുന്നു. കൂട്ടത്തിൽ ഗലീലിയോ യൂക്ലിഡ് സ്വന്തമായി വായിച്ചു പഠിക്കുകയും ചെയ്തു. ഒഴിവുവേളകളിൽ ഗണിതത്തിലുള്ള തന്റെ സംശയനിവർത്തിക്കായി ഗലീലിയോ റിക്ചിയുടെ അടുത്തുപോകുമായിരുന്നു. ഗലീലിയോയുടെ ഗണിത അധ്യാപകൻ ആരായിരുന്നുവെന്ന റിക്ചിയുടെ ചോദ്യത്തിന്, റിക്ചിയുടെ തന്നെ പ്രഭാഷണങ്ങൾ കേട്ട് പഠിച്ചതാണെന്ന ഗലീലിയോയുടെ മറുപടി റിക്ചിക്ക് വളരെയധികം ഇഷ്ടപ്പെട്ടു.

ക്രിസ്റ്റോഫർ ക്ലേവിയസ്

ഗലീലിയോയുടെ ഉത്സാഹവും ബുദ്ധിശക്തിയും തിരിച്ചറിഞ്ഞ റിക്ചി ഗണിതശാസ്ത്രപഠനത്തിന് എന്തുസഹായം വേണമെങ്കിലും നൽകാൻ തയാറാണെന്ന് വാക്കു നൽകുകയും ചെയ്തു.

പിസാ യൂണിവേഴ്സിറ്റിയിൽ ചേർന്ന് നാലാംകൊല്ലം കഴിഞ്ഞപ്പോൾ ഗലീലിയോക്ക് സാമ്പത്തിക ബുദ്ധിമുട്ട് താങ്ങാവുന്നതിലേറെയായി. അതുകാരണം പഠനം നിറുത്തേണ്ടിവന്നു. അങ്ങനെ ഡിഗ്രി സമ്പാദിക്കാതെ പഠനം ഉപേക്ഷിക്കേണ്ടിവന്ന ഗലീലിയോ 1585 ൽ ഫ്ളോറൻസിലേക്ക് തിരിച്ചുപോയി. ഗണിതവുമായി ബന്ധപ്പെട്ട വിഷയങ്ങളിൽ അദ്ദേഹത്തിന്റെ ശ്രദ്ധ കൂടുതലായി പതിഞ്ഞു. എന്നുമാത്രമല്ല, ഗണിതശാസ്ത്രത്തിൽ സ്വകാര്യട്യൂഷനും എടുത്തുതുടങ്ങി; ഇത് സാമ്പത്തിക ബുദ്ധിമുട്ട് കുറയ്ക്കാൻ സഹായിക്കുകയും ചെയ്തു.

ഇക്കാലത്ത്, ഭൗതികശാസ്ത്രത്തിലെ വിവിധ വിഷയങ്ങളിൽ ഗലീലിയോ താൽപ്പര്യമെടുക്കുകയും പഠന ഗവേഷണങ്ങൾ നടത്തുകയും ചെയ്തു. ഇക്കാര്യത്തിൽ ഗലീലിയോ ആർക്കിമിഡീസിന്റെ രീതിയാണ് പിന്തുടർന്നത്. എന്നാൽ ഇതിന് വിരുദ്ധമായ അരിസ്റ്റോട്ടിലിന്റെ രീതിക്ക് ആയിരുന്നു അന്ന് പ്രാമാണ്യമുണ്ടായിരുന്നത്. വസ്തുവിന്റെ ആപേക്ഷികസാന്ദ്രത നിർണയിക്കുന്നതിന് ഉതകുന്ന രീതിയിൽ ഒരു ദ്രവസ്ഥിതികത്രാസ് (Hydrostatic Balance) 1586 ൽ ഗലീലിയോ തനതായ രീതിയിൽ ഉണ്ടാക്കിയെടുത്തു. ഇത് സംബന്ധിച്ച് *ചെറിയത്രാസ്* (Il bilancetta) എഴുതിപ്രസിദ്ധീകരിക്കുകയും ചെയ്തു. ഇതായിരുന്നു ഗലീലിയോയുടെ ആദ്യപ്രസിദ്ധീകരണം. ഇതോടുകൂടി പല ശാസ്ത്രജ്ഞന്മാരുടേയും ശ്രദ്ധ ഗലീലിയോയിൽ പതിഞ്ഞു. മാത്രമല്ല, ഗണിതജ്ഞനെന്ന അംഗീ

കാരം പൊതുവായിത്തന്നെ അദ്ദേഹത്തിന് ലഭിക്കാനും തുടങ്ങി.

വടക്കൻ ഇറ്റലിയിലെ ബൊലോനാ സർവകലാശാല (University of Bologna)യിൽ അധ്യാപകന്റെ ഒഴിവുണ്ടെന്ന് മനസിലാക്കിയ ഗലീലിയോ ആ ജോലി ലഭിക്കാനുള്ള ശ്രമത്തിന്റെ ഭാഗമായി 1587 ൽ റോമിൽ ചെന്നു. അദ്ദേഹത്തിന്റെ ആദ്യത്തെ റോമാസന്ദർശനമായിരുന്നു അത്. അക്കാലത്ത് ജോലി ലഭിക്കാൻ വിദഗ്ധന്മാരുടേയോ സമിതികളുടേയോ അംഗീകാരപത്രം പ്രധാനമായിരുന്നു. ഗലീലിയോക്ക് ബൊലോനാ സർവകലാശാലയിലെ ജോലി ലഭിച്ചില്ലയെങ്കിലും ഈ റോമാസന്ദർശനം മറ്റൊരുതരത്തിൽ പ്രയോജനപ്രദമായിരുന്നു. ഗുരുത്വാകർഷണകേന്ദ്രം (Centre of gravity) സംബന്ധിച്ച തന്റെ പ്രബന്ധം വിഖ്യാതഗണിതജ്ഞനായ ക്രിസ്റ്റോഫർ ക്ലേവിയസു (Christopher Clavius)മായി നേരിട്ടു കണ്ട് ചർച്ച ചെയ്യാൻ അവസരം ലഭിച്ചു. 1564 മുതൽ 1612 വരെ റോമൻ കോളേജിലെ (Collegio Romano) അധ്യാപകനായിരുന്ന ക്ലേവിയസ് 1582 ൽ ഗ്രിഗോറിയൻ കലണ്ടർ (Gregorian Calender) ആവിഷ്കരിച്ച കമ്മിഷന്റെ തലവനായിരുന്നു. (ഗ്രിഗോറിയൻ കലണ്ടർ ഉണ്ടാകുന്ന 1582 ഒക്ടോബർ വരെ പ്രചാരണത്തിലുണ്ടായിരുന്നത് ജൂലിയൻ കലണ്ടറായിരുന്നു).

അക്കാലത്ത് ഗലീലിയോ നടത്തിയ ശാസ്ത്രീയപഠനങ്ങളും അഭിപ്രായങ്ങളും വളരെയധികം ശ്രദ്ധിക്കപ്പെട്ടു. എങ്കിലും ഗണിത ശാസ്ത്ര

പിസാ യൂണിവേഴ്സിറ്റി

അധ്യാപകനാകാൻ മോഹിച്ചു നടന്ന ഗലീലിയോക്ക് സിയന്ന സർവകലാശാലയിലും മറ്റും ഒഴിവുണ്ടായപ്പോൾപ്പോലും നിയമനം നൽകിയില്ല. അരിസ്റ്റോട്ടിലിനെ പല കാര്യങ്ങളിലും ചോദ്യം ചെയ്തതും പരുഷമായ പെരുമാറ്റവും കാരണം പലരേയും വെറുപ്പിച്ചിരുന്നതുകൊണ്ട് ഒഴിവുണ്ടായാൽ മറ്റാർക്കെങ്കിലും നിയമനം നൽകുകയാണവർ ചെയ്തിരുന്നത്. ഇതിനിടയ്ക്ക് ഭാഷാസാഹിത്യത്തിലെ ഒരു പ്രഭാഷണവേളയിൽ രസകരമായ ഒരു സംഭവം നടന്നു. 'ഡാന്റേ'യുടെ 'ഇൻഫെർണോ'യുടെ വലുപ്പവും ആകൃതിയുമെങ്ങനെയെന്നും സ്ഥാനമെവിടെയാണെന്നും ഒരു നൂറ്റാണ്ടായി ഫ്ളോറെൻസ് അക്കാദമിയിൽ തർക്കം നടന്നുവരുകയായിരുന്നു. ഒരു ശാസ്ത്രജ്ഞന്റെ വീക്ഷണം അനുവർത്തിച്ചുകൊണ്ട് ഇതിന് ഗലീലിയോ ഉത്തരം കണ്ടെത്തി. "ഭീമൻ നിമ്രോദിന്റെ മുഖത്തിന് ഏതാണ്ട് റോമിലെ സെന്റ് പീറ്റേഴ്സിന്റെ കോണിന്റെ അത്രത്തോളം നീളവും വീതിയുമുണ്ട്" എന്ന ഡാന്റേയുടെ വാക്യത്തിൽനിന്നും ഗലീലിയോ ബാഹ്യഗണനം (extrapolation) നടത്തി നിഗമനത്തിലെത്തി; അതനുസരിച്ച് യൂസിഫറിന്റെ നീളം 2000 കൈ നീളം വരുമത്രെ! അക്കാദമിയിൽ ഇതു കേട്ടിരുന്നവർക്ക് ഗലീലിയോയെക്കുറിച്ച് നല്ല മതിപ്പുണ്ടായി. തുടർന്ന്, അക്കൊല്ലം പിസായൂണിവേഴ്സിറ്റിയിൽ ഒറ്റ ഒഴിവുണ്ടായപ്പോൾ ഗലീലിയോയെ അവർ പരിഗണിച്ചു. അങ്ങനെ 1589 ൽ 25 ാമത്തെ വയസിൽ അദ്ദേഹത്തിന് പിസാ യൂണിവേഴ്സിറ്റിയിലെ ഗണിതശാസ്ത്രവിഭാഗത്തിൽ പ്രൊഫസറായി നിയമനം ലഭിയ്ക്കുകയും ചെയ്തു. 160 സ്കുഡി (Scudi) അതായത് 124 ഡുക്കാറ്റ്സ് (Ducats) ആയിരുന്നു വാർഷികശമ്പളം. അക്കാലത്തെ ഇറ്റലിയിൽ ഓരോ സംസ്ഥാനത്തിനും പ്രത്യേകം പ്രത്യേകം കറൻസി ഉണ്ടായിരുന്നു. (ഉദാ: ഫ്ളോറിൻസ്, ക്രൗൺസ്, സ്കുഡി, ഡുക്കാറ്റ്സ് എന്നിങ്ങനെ). മൂന്നു കൊല്ലത്തേക്ക് കരാർ അടിസ്ഥാനത്തിലായിരുന്നു നിയമനം. പിസായിൽ പ്രൊഫസർ ആയിരുന്ന ഇക്കാലത്താണ് വസ്തുക്കളുടെ ചലനത്തെ സംബന്ധിച്ച് വിവാദം ഉയർത്തിവിട്ട വളരെയേറെ നിരീക്ഷണങ്ങളും പരീക്ഷണങ്ങളും പ്രസ്താവനകളും ഗലീലിയോ നടത്തിയത്. ചിലതൊക്കെ അദ്ദേഹം എഴുതി പ്രസിദ്ധീകരിക്കുകയും ചെയ്തു. ഇതും പിസായിലും മറ്റും പ്രത്യേകം ശ്രദ്ധിക്കപ്പെട്ടു.

1591 ൽ പിതാവ് മരിച്ചപ്പോൾ ഇളയസഹോദരനായ മൈക്കൽ ആഞ്ചലോയുടെ ഉത്തരവാദിത്വം ഗലീലിയോക്ക് ഏറ്റെടുക്കേണ്ടിവന്നു. ഇത് അദ്ദേഹത്തിന്റെ സാമ്പത്തിക ഭാരം വർധിപ്പിച്ചു. കുടുംബഭാരം ലഘൂകരിക്കുന്ന തരത്തിൽ മെച്ചപ്പെട്ട ശമ്പളത്തിനു വേണ്ടി ഗലീലിയോ ആഗ്രഹിച്ചു. ഇതിനിടയ്ക്ക് ഗലീലിയോ പേരും പ്രശസ്തിയും ആർജിച്ചു കഴിഞ്ഞിരുന്നു. പക്ഷേ, തന്റെ സഹപ്രവർത്തകരോട് ഗലീലിയോയുടെ പെരുമാറ്റം വളരെയേറെ മോശമായിരുന്നതിനാൽ മൂന്നു കൊല്ലത്തിനുശേഷം അവിടെ നിയമനം നീട്ടി നൽകാൻ അധികാരികൾ കൂട്ടാക്കിയില്ല. 1592 ൽ പിസായൂണിവേഴ്സിറ്റിയിലെ കരാർ അവസാനിച്ചപ്പോൾ പാദുവ (Padua)

സർവകലാശാലയിൽ ഗണിതശാസ്ത്രപ്രൊഫസറായി മെച്ചപ്പെട്ട ശമ്പളത്തിൽ (വർഷത്തിൽ 160 ഡുക്കാറ്റ്സ്) അദ്ദേഹം ജോലി സ്വീകരിച്ചു. അവിടെ 1610 വരെ ജ്യാമിതി, ബലതന്ത്രം, ജ്യോതിശാസ്ത്രം എന്നിവ പഠിപ്പിച്ചു. അകലെനിന്നുപോലും വിജ്ഞാനദാഹികളായ രാജാക്കന്മാരും പ്രഭുക്കന്മാരും ശിഷ്യരായെത്തി.

ഗലീലിയോ മതനിഷ്ഠയുള്ള റോമൻകത്തോലിക്കനായിരുന്നുവെങ്കിലും, 'പാദുവാ'യിൽ വച്ച് പരിചയപ്പെട്ട മരീനാ ഡി ആൻഡ്രോ ഗംബാ (Marina di Androa Gamba) എന്ന വെനീസുകാരിയിൽ മൂന്ന് കുട്ടികൾക്ക് പിതൃത്വം നൽകി. അവർ വിവാഹം കഴിച്ചിരുന്നില്ല; സ്ഥിരമായി ഒന്നിച്ച് താമസിച്ചിട്ടുമില്ല. കുട്ടികളിൽ രണ്ടുപേർ പെൺകുട്ടികളും ഒരാൾ ആൺകുട്ടിയും ആയിരുന്നു. പെൺകുട്ടികളിൽ വിർജീനിയ 1600ലും ലിവിയ 1601ലും ആൺകുട്ടിയായ വിൻസെൻസോ 1606ലും പിറന്നു. അവിഹിതസന്തതികൾ ആയതിനാൽ പെൺകുട്ടികൾ അവിവാഹിതരാകേണ്ടിവരുമെന്ന് ഗലീലിയോ കരുതി. അവരെ രണ്ടുപേരെയും 'ആർസെട്രി' എന്ന സ്ഥലത്തെ 'സാൻ മാറ്റെയോ' എന്ന കോൺവെന്റിലേക്ക് അയച്ചു. അവരുടെ ശിഷ്ടജീവിതം അവിടെയായിരുന്നു. മരിയാ സെലസ്റ്റേ എന്ന പേര് സ്വീകരിച്ച വിർജീനിയ 1634 ഏപ്രിൽ 2ന് അവിടെ വച്ച് മരിച്ചു. സിസ്റ്റർ അർക്കഞ്ചേല എന്ന പേര് സ്വീകരിച്ച ലിവിയ ജീവതകാലം മുഴുവൻ രോഗിണി ആയിരുന്നു. വിൻസെൻസോ പിന്നീട് നിയമപരമായി അംഗീകരിക്കപ്പെടുകയും 'സെസ്റ്റിലിയാ ബോഷിനേരി'യെ വിവാഹം കഴിക്കുകയും ചെയ്തു.

ഗലീലിയോയുടെ സഹോദരി ലിവിയയുടെ വിവാഹം 1601 ജനുവരിയിൽ നടന്നു. റ്റഡ്ഡിയോ ഗലട്ടി(Taddeo Galatti)യാണ് വിവാഹം കഴിച്ചത്. വിവാഹവുമായി ബന്ധപ്പെട്ട്, വീണ്ടും ഗലീലിയോയുടെ സാമ്പത്തികപ്രശ്നങ്ങൾ ഗുരുതരമായി. 1800 ഡുക്കാറ്റ്സ് സ്ത്രീധനം നൽകാമെന്നും, 800 ഉടനെയും ബാക്കിയുള്ള 1000, ഓരോ വർഷവും 200 വീതം 5 വർഷമായി കൊടുത്തുതീർത്തുകൊള്ളാമെന്നും ഗലീലിയോ വാക്കു കൊടുത്തിരുന്നു. 600 ഡുക്കാറ്റ്സ് ലോൺ വാങ്ങിയാണ് ആദ്യ ഗഡുവായ 800 ഡുക്കാറ്റ്സ് നൽകിയത്. പാദുവായിൽ ഇടക്കാലത്ത് ഗലീലിയോയുടെ ശമ്പളം വർധിപ്പിച്ച് ഇരട്ടി ആക്കിയിരുന്നു. എന്നാലും ശമ്പളം 320 ഡുക്കാറ്റ്സ് മാത്രം. നൽകേണ്ട സ്ത്രീധനത്തിന്റെ ഒരു പങ്ക് തന്റെ സഹോദരനായ മൈക്കലാഞ്ചലോ വഹിക്കുമെന്ന് ഗലീലിയോ പ്രതീക്ഷിച്ചിരുന്നു. പക്ഷേ, മൈക്കലാഞ്ചലോ അതിന് തയാറായില്ല. ഇക്കാര്യം ഗലീലിയോയെ അക്കാലത്ത് മാനസികമായി വല്ലാതെ ഉലയ്ക്കുകയുണ്ടായി.

പാദുവാ യൂണിവേഴ്സിറ്റിയിൽ ഉന്നതരായ ധാരാളം സുഹൃത്തുക്കളെ ഗലീലിയോക്കു ലഭിച്ചു. അവരിൽ പ്രധാനി അവിടത്തെ ധനികനും മാന്യനുമായ 'ഗ്യാൻ വിൻസെൻസോ പിനെല്ലി' (Gian Vincenzo Pinelli) ആയിരുന്നു. നവോത്ഥാനത്തിന്റെ പ്രതീകമായിരുന്ന പിനെല്ലി വിജ്ഞാ

നദാഹിയായിരുന്നു. അദ്ദേഹത്തിന് നഗരത്തിൽ അതിഗംഭീരമായ ഒരു ഭവനവും എൺപതിനായിരത്തിലേറെ പുസ്തകങ്ങൾ ഉൾക്കൊള്ളുന്ന ലൈബ്രറിയും ഉണ്ടായിരുന്നു.

ഗ്യാൻ വിൻസെൻസോ പിനെല്ലി

പാദുവാ യൂണിവേഴ്സിറ്റിയിൽ ആദ്യമായി നിയമനം ലഭിച്ചുവന്ന ഗലീലിയോക്ക് 'പിനെല്ലി' യോടൊപ്പം താമസിക്കാൻ അവസരം ലഭിച്ചു. എന്നുമാത്രമല്ല, അവിടത്തെ ലൈബ്രറിയും ഉപയോഗിക്കാൻ കഴിഞ്ഞു. കൂടാതെ, പിനെല്ലിയുടെ മാന്യന്മാരായ സുഹൃത്തുക്കൾ ചേർന്നുണ്ടാക്കിയിരുന്ന 'പിനെല്ലി സർക്കിളി'ൽ ഗലീലിയോ അംഗമാകുകയും ചെയ്തു. ശാസ്ത്രീയവും തത്വചിന്താപരവുമായ വിഷയങ്ങൾ ആഴ്ചതോറും ഈ സംഘടനയിൽ ചർച്ചചെയ്യുമായിരുന്നു. അവിടെ ഗലീലിയോ ഒരു പ്രമുഖനായി മാറി. വിദൂരസ്ഥലങ്ങളിൽനിന്നുപോലും പ്രമുഖർ അവിടെ സന്ദർശകരായി എത്താറുണ്ടായിരുന്നു. ഗലീലിയോയുടെ സുഹൃത്തുക്കളായി മാറിയ അവരിൽ പലർക്കും പിൽക്കാലത്ത് ഗലീലിയോയെ ജീവിതത്തിലെ നിർണായകമായ ഘട്ടങ്ങളിൽ കുറേയേറെ സഹായിക്കാൻ കഴിഞ്ഞിട്ടുണ്ട്. ഇവരിൽ ചിലർക്ക് പിന്നീട് 'റോമൻകത്തോലിക്കാകോടതി' (ഇൻക്വിസിഷൻ)യിൽ പ്രധാനികളായി വരാൻ അവസരം ലഭിക്കുകയും ചെയ്തു.

ഗലീലിയോ പാദുവാ സർവകലാശാലയിൽ ഉണ്ടായിരുന്ന 1592നും 1610നും ഇടയ്ക്കുള്ള പതിനെട്ടു വർഷക്കാലം ശാസ്ത്രലോകത്തിന് നിരവധി സംഭാവനകൾ നൽകുകയുണ്ടായി. ശുദ്ധശാസ്ത്രത്തിലെ ചലനത്തിന്റെ ശുദ്ധഗതികത്തിലും ജ്യോതിശാസ്ത്രത്തിലും പ്രയുക്തശാസ്ത്രത്തിലെ (Applied Science) പദാർഥങ്ങളുടെ ദൃഢതയിലും ദൂരദർശിനികളുടെ നവീകരണത്തിലും വളരെ പ്രധാനപ്പെട്ട പല കണ്ടുപിടുത്തങ്ങളും ഇക്കാലത്ത് ഗലീലിയോ നടത്തി. 1593 ൽ വെള്ളത്തെ മുകളിലേക്ക് വലിച്ച് കയറ്റാനുള്ള പമ്പ് രൂപകൽപ്പന ചെയ്ത് നിർമിച്ചു. അതിന് 1594 ൽ വെനീഷ്യൻ സെനറ്റിൽനിന്നും അദ്ദേഹത്തിന് പേറ്റന്റ് ലഭിക്കുകയും ചെയ്തു. 1597 ൽ ഒരു മിലിട്ടറി ക്യാമ്പസ് കണ്ടുപിടിച്ചു. 1602 ൽ നാഡീസ്പന്ദം അളക്കാനുള്ള ഉപകരണമായ 'പൾസിലോജിയം' ഉണ്ടാക്കി. 1604 ൽ ആകാശത്ത് പുതിയൊരു നക്ഷത്രത്തെ കണ്ടുപിടിച്ചു. (അരിസ്റ്റോട്ടിലിന്റെ ശാസ്ത്രസിദ്ധാന്തങ്ങൾക്ക് നിരക്കുന്നതായിരുന്നില്ല ഈ കണ്ടുപിടിത്തം.) 1606 ൽ തെർമോമീറ്റർ നിർമിച്ചു. 1608 ൽ ദ്രവസ്ഥിതികത്രാസ് (Hydrostatic Balance) ഉണ്ടാക്കി. (ഇത് ഉപയോഗിച്ച് ആപേക്ഷികഘനത്വം കണ്ടുപിടിക്കാനും അതിലൂടെ വസ്തുക്കളുടെ പരിശുദ്ധി

പരിശോധിക്കാനും കഴിയും.) 1609 ൽ ആവർധനശക്തികൂടിയ ദൂരദർശിനി നിർമിച്ച്, ആകാശത്തേക്ക് തിരിച്ചുവച്ച്, ആകാശവസ്തുക്കളെ പഠിച്ചു. ചന്ദ്രന്റെ കുന്നുകളും താഴ്വാരങ്ങളും ആദ്യമായി മനസിലാക്കി. 1610 ൽ വ്യാഴത്തിന്റെ മുഖ്യമായ നാല് ഉപഗ്രഹങ്ങളെ കണ്ടെത്തി. ശനിയുടെ ചുറ്റുമുള്ള വളയം കണ്ടുപിടിച്ചു. ശുക്രന്റെ സ്ഥിതിഭേദങ്ങൾ ദൃഷ്ടിയിൽപ്പെട്ടപ്പോൾ ചന്ദ്രന്റെ സ്ഥിതിഭേദങ്ങളുമായി താരതമ്യം ചെയ്തുകൊണ്ട് ശുക്രൻ സൂര്യനു ചുറ്റും കറങ്ങുന്നതായ നിഗമനത്തിൽ ഗലീലിയോ എത്തി. സൂര്യമുഖത്തെ കറുത്ത പാടുകൾ (സൂര്യകളങ്കങ്ങൾ) ഗലീലിയോയുടെ ശ്രദ്ധയിൽ വരുകയും അത് രേഖപ്പെടുത്തുകയും ചെയ്തു. കൂടാതെ, 1604 ൽ ഗണിതശാസ്ത്രമുപയോഗിച്ച്, ഭൂമിയുടെ സ്ഥാനം പ്രപഞ്ചത്തിന്റെ കേന്ദ്രബിന്ദുവിലല്ലായെന്ന് ഗലീലിയോ സമർഥിച്ചിരുന്നു. ഈ കാലയളവിൽ നിരവധി പ്രസിദ്ധീകരണങ്ങളും ഗലീലിയോയുടേതായി പുറത്തുവന്നു.

1610 ൽ ഗലീലിയോ ഫ്ളോറെൻസിലേക്ക് തിരിച്ചുപോയി. ഫ്ളോറെൻസ് സർവകലാശാലയിൽ അദ്ദേഹത്തിന്റെ പഠനഗവേഷണങ്ങൾ തുടർന്നു. കൂടാതെ, ടസ്കനിയിലെ പ്രഭുവായ കോസിമോ ദ്വിതീയൻ തലവനായ മെഡിസി കുടുംബത്തിന്റെ ടസ്കൻ കോർട്ടിലെ ഗണിതജ്ഞനായി നിയമനം ലഭിക്കുകയും ചെയ്തിരുന്നു. 1611 ൽ ഗലീലിയോ റോം സന്ദർശിച്ചു. അവിടെ സ്വാധീനമുള്ള തത്വജ്ഞാനികളേയും ഗണിതജ്ഞരേയും, സ്വന്തം നയനങ്ങളിലൂടെതന്നെ ദൂരദർശിനി ഉപയോഗിച്ച്, വ്യാഴത്തിന്റെ നാലു ഉപഗ്രഹങ്ങളും യാഥാർഥ്യമാണെന്ന് ബോധ്യപ്പെടുത്തുകയായിരുന്നു ലക്ഷ്യം. അവിടത്തെ ആദ്യത്തെ ശാസ്ത്രഅക്കാദമിയായ ലിൻസിയൻ അക്കാദമി (Lyncean Academy- Accademia dei Lincei)യിൽ അംഗമായി. 'ഫെഡിറികോ സെസി' (Federico Cesi)യുടെ നേതൃത്വവും പ്രചോദനവുംമൂലം 1603 മുതൽ പ്രവർത്തിച്ചുവരുന്ന പ്രസ്തുത അക്കാദമിയുടെ മുഴുവൻ ചെലവും സെസിയാണ് വഹിച്ചിരുന്നത്. ഗലീലിയോ ചേർന്നതോടെ അക്കാദമിയുടെ ഖ്യാതി വളരെയേറെ വർധിച്ചു. ഗലീലിയോയുടെ പ്രസിദ്ധമായ *സൂര്യകളങ്കങ്ങളെ സംബന്ധിച്ച കത്തുകൾ (Letters on Sunspots)* 1613ലും *പരിശോധകൻ(The Assayer)* 1623 ലും ലിൻസിയൻ അക്കാദമിയാണ് അച്ചടിച്ച് പ്രസിദ്ധീകരിച്ചത്. *രണ്ടു മുഖ്യലോകവ്യവസ്ഥകളെ സംബന്ധിച്ച സംവാദം* പ്രസിദ്ധീകരിക്കാനുള്ള പ്രവർത്തനങ്ങളും അവിടെ ആരംഭിച്ചിരുന്ന ഘട്ടത്തിലാണ് സെസിയുടെ മരണം നടന്നത്. 1630 ൽ സെസി മരിച്ചപ്പോൾ അക്കാ

ഫെഡിറികോ സെസി

ദമിയുടെ പ്രവർത്തനവും നിലച്ചു. അതോടെ നല്ലൊരു പിന്തുണ ഗലീലിയോയ്ക്കു നഷ്ടപ്പെടുകയായിരുന്നു.

പാദുവായിൽനിന്നും ഗലീലിയോ ഫ്ളോറെൻസിലേക്ക് പോയപ്പോൾ തന്റെ മകനായ വിൻസെൻസോയെ കൂടെ കൂട്ടിയിരുന്നില്ല. പാദുവായിൽ മരിനാഗംബായുടെ അടുത്ത് വിട്ടിട്ടാണ് പോയത്. എന്നാൽ 1613 ൽ 'മരിനാഗംബ', 'ജിയോവന്നിബർത്തലുസ്സി' (Giovanni Bartoluzzi)എന്നയാളെ വിവാഹം കഴിച്ചപ്പോൾ വിൻസെൻസോ ഫ്ളോറെൻസിൽ തന്റെ പിതാവിന്റെ അടുത്തേക്ക് പോന്നു. വിവാഹശേഷവും മരീനാഗംബായും ജിയോവന്നിബർത്തലുസ്സിയുമായി നല്ല രീതിയിലുള്ള സൗഹൃദം ഗലീലീയോയ്ക്കു നിലനിറുത്താൻ കഴിഞ്ഞിരുന്നു.

പ്രപഞ്ചത്തെ സംബന്ധിച്ച അരിസ്റ്റോട്ടിലിന്റെ പലസിദ്ധാന്തങ്ങളും പരീക്ഷണനിരീക്ഷണങ്ങളിൽ തെറ്റായിവരുന്നുവെന്നും ഭൂമിചലിക്കുന്നുവെന്നും സൂര്യനു ചുറ്റും സഞ്ചരിക്കുന്നുവെന്നുമുള്ള വെളിപ്പെടുത്തലുകൾ വളരെയധികം വിശ്വാസികളെ പ്രകോപിപ്പിച്ചു. 1614 ൽ സാന്താമറിയാനോവെല്ലാ ബസിലിക്കായുടെ പ്രസംഗവേദിയിൽ നിന്ന് 'ഫാദർതോമസ്സോ കാസ്സിനി (1574–1648)' ഭൂമിയുടെ ചലനത്തെപ്പറ്റിയുള്ള ഗലീലിയോയുടെ അഭിപ്രായത്തെ തള്ളിപ്പറഞ്ഞു. അത് അത്യന്തം അപകടകരവും ദൈവദോഷവുമാണെന്ന് പ്രഖ്യാപിച്ചു. സഭാ കോടതി (Inquisition) യിൽ, 1615 ൽ, റോമൻ കത്തോലിക്കാമതബോധകനായ 'നിക്കോളോ ലോറിനി' (Niccolo Lorini) പരാതി സമർപ്പിച്ചു. പോപ്പ് പോൾ അഞ്ചാമന്റെ ഉത്തരവനുസരിച്ച് കർദിനാൾ റോബർട്ട് ബല്ലാർമൈൻ അദ്ദേഹത്തിന്റെ താമസസ്ഥലത്തേക്ക് ഗലീലിയോയെ വിളിപ്പിച്ച് കോപ്പർനിക്കസിന്റെ സിദ്ധാന്തത്തെ അനുകൂലിക്കുന്നതിനെതിരെ മുന്നറിയിപ്പ് നൽകി; വാക്കാലോ എഴുത്തിലൂടെയോ കോപ്പർനിക്കസിന്റെ സിദ്ധാന്തത്തെ പ്രചരിപ്പിക്കുന്നതിൽനിന്നും ഗലീലിയോയെ വിലക്കി.

1618 ൽ മൂന്ന് വാൽനക്ഷത്രങ്ങൾ ആകാശത്ത് പ്രത്യക്ഷപ്പെടുകയുണ്ടായി. ഇത് സംബന്ധിച്ച ഗലീലിയോയുടെ വിശദീകരണം അരിസ്റ്റോട്ടിലിന്റെ പിന്തുണക്കാരെയും സഭയേയും പ്രകോപിപ്പിച്ചു. എന്നാലും ഗലീലിയോയുടെ കീർത്തി ഉയർന്നുകൊണ്ടേയിരുന്നു. 1620 ആഗസ്റ്റ് മാസത്തിൽ ഗലീലിയോയുടെ ആരാധകനായ കർദിനാൾ 'മഫിയോ ബർബെറിനി' (Maffeo Barberini) ഗലീലിയോയുടെ ബഹുമാനാർഥം 'അഡൂലേഷ്യാ പെർണിസ്യോസാ' (Adulatio Perniciosa) എന്ന തലക്കെട്ടിൽ ഒരു കവിത എഴുതി ഗലീലിയോക്ക് അയച്ചു കൊടുക്കുകയുണ്ടായി. അടുത്തകൊല്ലം (1621) ജനുവരിയിൽ ഫ്ളോറെൻസ് അക്കാദമി (Accademia Florentina)യിലേക്ക് പ്രതിനിധി ആയി ഗലീലിയോയെ തെരഞ്ഞെടുത്തു. 1622 ഒക്റ്റോബറിൽ *പരിശോധകൻ* (The Assayer) എന്ന പുസ്തകത്തിന്റെ കയ്യെഴുത്തുപ്രതി റോമിലെ ലിൻസിയൻ അക്കാദമിക്ക് അയച്ചുകൊടുത്തു. വാൽനക്ഷത്രങ്ങളുടെ സഞ്ചാരപഥത്തെപ്പറ്റിയുള്ള 'ഗ്രസി'യുടെ ലേഖനത്തിനുള്ള മറുപടി ആയിരുന്നു ഇത്. കോപ്പർനിക്ക

സിന്റെ സിദ്ധാന്തത്തെ ന്യായീകരിക്കുന്ന വിശദീകരണമായിരുന്നു അതിലുടനീളം. അക്കാലത്തെ അത്യാധുനിക ഗണിതമായിരുന്നു ഗലീലിയോ അതിൽ ഉപയോഗിച്ചിരുന്നത്. 1623 ഫെബ്രുവരിയിൽ ഈ പുസ്തകത്തിന് പ്രസിദ്ധീകരണാനുമതി ലഭിച്ചു. അക്കൊല്ലം ആഗസ്റ്റിൽ പോപ്പ് ഗ്രിഗറി XV മരിച്ചു. ഗലീലിയോയുടെ ആരാധകനായിരുന്ന കർദിനാൾ മഫിയോ ബർബെറിനി പുതിയ പോപ്പ് ആയി തെരഞ്ഞെടുക്കപ്പെടുകയും അദ്ദേഹം ഉർബാൻ എട്ടാമൻ (Urban VIII) എന്ന പേര് സ്വീകരിക്കുകയും ചെയ്തു. 1623 ൽ ഒക്ടോബറിൽ പ്രസിദ്ധീകരിച്ച *പരിശോധകൻ* (*The Assayer*) പോപ്പ് ഉർബാൻ VIIIന് സമർപ്പണം നടത്തിയത് പോപ്പിനെ വളരെ സന്തുഷ്ടനാക്കുകയുണ്ടായി. 1624 ഏപ്രിലിൽ വീണ്ടും ഗലീലിയോ റോമിൽ ചെന്നു. ഗലീലിയോയുടെ വാദമുഖങ്ങൾ കേട്ടശേഷം പോപ്പ് ഉർബാൻ VIII, ഗണിതശാസ്ത്രസങ്കൽപ്പമെന്ന നിലയിൽ കോപ്പർനിക്കസ് സിദ്ധാന്തത്തെ സംബന്ധിച്ച് എഴുതുന്നതിന് തടസമില്ലായെന്ന് ഉറപ്പുനൽകുകയുണ്ടായി. ആ റോമൻയാത്രയിൽ ലിൻസിയൻ അക്കാദമിയിൽ വച്ച് അംഗങ്ങളെ സംയുക്ത സൂക്ഷ്മദർശിനി (Compound Microscope) കാണിച്ചു കൊടുത്തു. ബവേറിയയിലെ പ്രഭുവിനുവേണ്ടി കർദിനാൾ സോളന് ഈ സൂക്ഷ്മദർശിനിയെ സംഭാവനയായി നൽകുകയും ചെയ്തു. ഈ കാലഘട്ടത്തിൽ തന്നെ *പരിശോധക* (*The Assayer*)നെ സംബന്ധിച്ച പരാതി സഭാകോടതിക്ക് ലഭിച്ചുവെങ്കിലും ഇക്കാര്യത്തിൽ ഗലീലിയോയെ കോടതി കുറ്റവിമുക്തനാക്കുകയായിരുന്നു. പ്രത്യേകപക്ഷം പിടിക്കാതെ, പ്രപഞ്ചത്തെ സംബന്ധിച്ച് സഭയും കോപ്പർനിക്കസിന്റെ സിദ്ധാന്തവും തമ്മിലുള്ള വിയോജിപ്പിന്റെ കാര്യങ്ങൾ എഴുതി പ്രസിദ്ധീകരിക്കാൻ പോപ്പ് ഉർബാൻ VIII ഗലീലിയോട് ആവശ്യപ്പെടുകയുണ്ടായി. തുടർന്ന്, *രണ്ടു മുഖ്യലോകവ്യവസ്ഥകളെ സംബന്ധിച്ച സംവാദം* (*Dialogue Concerning Two Chief World Systems*)എഴുതാനുള്ള തയ്യാറെടുപ്പ് ഗലീലിയോ ആരംഭിച്ചു. ഗലീലിയോട് പ്രത്യേക മമതയുണ്ടായിരുന്ന പോപ്പ് ഉർബാൻ VIII, 1627 മാർച്ച് മാസം മുതൽ, ഗലീലിയോയുടെ മകനായ വിൻസെൻസോ (Vincenzio)ക്ക് വർഷം തോറും 60 സ്കുഡി നൽകാൻ ഉത്തരവിട്ടു. അക്കൊല്ലം ഡിസംബറിൽ മകന്റെ ഭാര്യ സെസ്റ്റിലിയ ബൊക്ചിനേരി (Sestila Bocchineri) ഒരു ആൺകുഞ്ഞിനെ പ്രസവിച്ചു. കുഞ്ഞിന് 'ഗലീലിയോ' എന്ന പേരാണ് അവർ നൽകിയത്. അങ്ങനെ ഗലീലിയോ മുത്തച്ഛനായി. 1630 ഫെബ്രു

പോപ്പ് ഉർബാൻ VIII

വരിയിൽ ഗലീലിയോയ്ക്ക് വാർഷിക പെൻഷനായി 40 സ്കുഡി നൽകാൻ പോപ്പ് ഉർബാൻ VIII നിർദേശം നൽകി. അക്കൊല്ലം ഏപ്രിൽ മാസത്തോടെ ഗലീലിയോ *രണ്ടു മുഖ്യലോകവ്യവസ്ഥകളെ സംബന്ധിച്ച സംവാദം* എഴുതിത്തീർത്തു. അടുത്തമാസം തന്നെ പ്രസിദ്ധീകരണാനുമതിക്കായി അപേക്ഷയും നൽകി. ചില നിബന്ധനകൾക്കു വിധേയമായി പ്രസിദ്ധീകരിക്കാനുള്ള അനുമതി വത്തിക്കാനിലെ സെക്രട്ടറിയിൽനിന്നും ലഭിച്ചു. 1632 ഫെബ്രുവരിയിൽ പുസ്തകം ഫ്ളോറൻസിൽ പ്രസിദ്ധീകരിക്കുകയും ചെയ്തു. ആഗസ്റ്റ് മാസത്തിൽ സഭ പുസ്തകവിൽപ്പന നിരോധിക്കുകയും ഗലീലിയോയെ റോമിലെ സഭാകോടിതിക്കു മുമ്പാകെ ഹാജരാകാനും ആവശ്യപ്പെട്ടു. പ്രസ്തുത പുസ്തകത്തിൽ തന്റെ ഭാഗം അവതരിപ്പിക്കുന്ന ഒരു കഥാപാത്രം ഉണ്ടാകണമെന്ന് നേരത്തെതന്നെ പോപ്പ് ഉർബാൻ VIII അഭ്യർഥിച്ചതനുസരിച്ച് 'സിംപ്ലീഷ്യസ്' (Simplicius) എന്ന അരിസ്റ്റോട്ടിലിന്റെ സിദ്ധാന്തങ്ങൾക്കു വേണ്ടി വാദിക്കുന്ന, ഒരു മതവിശ്വാസിയെ പ്രധാനപ്പെട്ട ഒരു കഥാപാത്രമായി ഉൾപ്പെടുത്തിയിരുന്നു. കോപ്പർനിക്കസിന്റെ സിദ്ധാന്തത്തെ പിന്തുണയ്ക്കുന്ന കഥാപാത്രമായ 'സൽവ്യാറ്റസ്' (Salviatus)ന്റെ മുമ്പിൽ പലപ്പോഴും 'സിംപ്ലീഷ്യസ്' പതറുന്ന രീതിയിലുള്ള അവതരണശൈലിയിൽ (ഗലീലിയോ തന്നെ മന:പൂർവം അപഹസിക്കുന്നു എന്ന് കരുതി) പോപ്പ് ഉർബാൻ VIII കുപിതനാവുകയും ഗലീലിയോയുടെ മിത്രമായിരുന്ന അദ്ദേഹം ശത്രുവായി മാറുകയും ചെയ്തു. അസുഖം ബാധിച്ചു കിടപ്പിലായിരുന്ന ഗലീലിയോയെ നിർബന്ധപൂർവം ഫ്ളോറൻസിൽ നിന്നും റോമിലെ സഭാകോടതിമുമ്പാകെ എത്താൻ ഉത്തരവിട്ടു. 69 വയസുള്ള ഗലീലിയോയെ 1633 ഏപ്രിൽ മാസം പോപ്പ് ഉർബാൻ VIII ന്റെ അധ്യക്ഷതയിലുള്ള സഭാ കോടതി വിസ്തരിച്ചു. ഗലീലിയോയെ, തെറ്റായ മതവിശ്വാസം വച്ചു പുലർത്തുന്നതിന്റെ പേരിൽ, ജീവപര്യന്തം തടങ്കലിലിടാൻ വിധിക്കുകയും ചെയ്തു. തുടർന്ന് അദ്ദേഹത്തെ തടങ്കലിലാക്കുകയും സഞ്ചാരത്തിന് പോപ്പിന്റെ നിയന്ത്രണം ഏർപ്പെടുത്തുകയും ചെയ്തു. 1633 ജൂണിൽ ടസ്കൻ അമ്പാസിഡറുടെ വീട്ടിലും തുടർന്ന് സിയന്നയിലെ ആർച്ച് ബിഷപ്പിന്റെ താമസസ്ഥലത്തും വീട്ടുതടങ്കലിലിട്ടു. അക്കൊല്ലം ഡിസംബർ മാസത്തോടെ ഗലീലിയോയുടെ തന്നെ, ഫ്ളോറൻസിനടുത്തുള്ള ആർസെട്രി (Arcetri)യിലുള്ള ഭവനത്തിൽ ശിഷ്ടകാലത്തേക്ക് തടങ്കലിലാക്കി. 1634 ൽ ഹെർണിയ ബാധിച്ചപ്പോൾ ഫ്ളോറൻസിലെ ഡോക്ടറെ കാണാൻ റോമിൽ നിന്നും അനുമതി തേടിയെങ്കിലും അനുവദിച്ചില്ല.

ഗലീലിയോയുടെ പുത്രിയായ മറിയ സെലസ്റ്റേ(Maria Celeste) 1634 ഏപ്രിലിൽ മരിച്ചു. ഈ മരണം അദ്ദേഹത്തെ വല്ലാതെ തളർത്തി. വീണ്ടും അദ്ദേഹം പുസ്തകമെഴുത്തിൽ മുഴുകി. 'രണ്ടു നവശാസ്ത്രങ്ങൾ' എന്ന വിഷയത്തിൽ അദ്ദേഹം എഴുതിയ പുസ്തകം നെതർലാൻസിലെ ലെയിഡനിൽ (Leiden) പ്രസിദ്ധീകരിക്കാമെന്ന് 1636

മേയ് മാസം ആർസെട്രിയിൽ തന്നെ സന്ദർശിച്ച 'ലൂയിസ് എൽസിവിയെർ' (Louis Elsevier) എന്ന ഡച്ച് പ്രസാധകൻ സമ്മതിച്ചിരുന്നു. 1636 ആഗസ്റ്റിൽ കടലിലെ രേഖാംഗം നിർണയിക്കുന്നതുമായി ബന്ധപ്പെട്ട നിർദേശങ്ങൾ ഗലീലിയോ മുന്നോട്ടു വച്ചു. ഇതിനിടയ്ക്ക് തന്റെ കാഴ്ച ശക്തി മങ്ങി വരുന്നതായി ഗലീലിയോയ്ക്കു ബോധ്യമായി. 1637 ജൂലൈ മാസത്തോടെ വലത്തേകണ്ണിലെ കാഴ്ചശക്തി പൂർണമായി നഷ്ടപ്പെട്ടു. എന്നിട്ടും അദ്ദേഹത്തിലെ ശാസ്ത്രജ്ഞൻ ഉണർന്നു തന്നെ ഇരുന്നു. നവംബറിൽ അദ്ദേഹം ചന്ദ്രന്റെ ഒരു പുതിയ ഭ്രമണം (libration) കണ്ടെത്തി. 1638 ജനുവരി ആയപ്പോൾ ഇടത്തേകണ്ണിലെ കാഴ്ചയും നഷ്ടപ്പെട്ടതോടെ ഗലീലിയോ പൂർണ അന്ധനായി. തന്നെ ഇനിയെങ്കിലും സ്വതന്ത്രനാക്കണമെന്ന ഗലീലിയോയുടെ അപേക്ഷ സഭാകോടതി തള്ളി. എങ്കിലും, ദൈവവിശ്വാസിയായ ഗലീലിയോയെ മതപരമായ അവധി ദിവസങ്ങളിൽ പള്ളിയിൽ പോകാൻ, ഒരു നിബന്ധനയ്ക്കു വിധേയമായി, അനുമതി നൽകി. മറ്റാരുമായും ബന്ധപ്പെടാൻ പാടില്ലായെന്നായിരുന്നു നിബന്ധന. പൂർണ അന്ധതബാധിച്ചതിനുശേഷം ശാസ്ത്രീയ പരീക്ഷണങ്ങളും നിരീക്ഷണങ്ങളും തുടരുന്നതിനുവേണ്ടി സഹായികളെ വയ്ക്കാൻ അനുമതി ലഭിക്കുകയുണ്ടായി. അങ്ങനെ അദ്ദേഹത്തിന്റെ ശിഷ്യന്മാരായ വിൻസെൻസോ വിവിയാനി (Vincenzo Viviani)യും ഇവാഞ്ചലിസ്റ്റാ ടോറിസെല്ലി (Evangelista Torricelli)യും കൂടെ താമസിക്കാൻ തുടങ്ങി. 1638 ജൂലൈ മാസത്തിൽ *രണ്ടു പുത്തൻ ശാസ്ത്രങ്ങളെ സംബന്ധിച്ച ചർച്ചയും ഗണിതക പ്രദർശനങ്ങളും* എന്ന പുസ്തകം നെതർലാന്റ്സിലെ ലെയിഡനിൽ പ്രസിദ്ധീകരിക്കപ്പെട്ടു. ഈ പുസ്തകം വിശ്വപ്രസിദ്ധി ആർജിച്ചു. 1638 സെപ്തംബറിൽ ഇംഗ്ലീഷ് കവിയായ ജോൺ മിൽട്ടൺ, ആർസെട്രിയിൽ ചെന്ന് ഗലീലിയോയെ സന്ദർശിച്ചു. 1643ലെ സെൻസർഷിപ്പ് നിയമനത്തിനെതിരെ മിൽട്ടൺ എഴുതിയ 'ആരിയോ പേജറ്റിക്ക' എന്ന പ്രബന്ധത്തിൽ ഗലീലിയോയെ ചെന്നു കണ്ട കാര്യം അദ്ദേഹം രേഖപ്പെടുത്തിയിട്ടുണ്ട്. കൂടാതെ, മിൽട്ടണിന്റെ സുപ്രസിദ്ധമായ *പാരഡൈസ് ലോസ്റ്റ്* എന്ന കൃതിയിൽ ഗലീലിയോയേയും അദ്ദേഹത്തിന്റെ ദൂരദർശിനിയിലൂടെയുള്ള ദൃശ്യങ്ങളേയും കുറിച്ചുള്ള പരാമർശങ്ങളും കാണാം.

ജോൺ മിൽട്ടൺ

വീട്ടുതടങ്കലിന്റെ അസ്വസ്ഥതകൾ അദ്ദേഹത്തിന് വളരെയേറെ ബുദ്ധിമുട്ടുകൾ ഉണ്ടാക്കുകയും ശാരീരികപരാധീനതകൾ അദ്ദേഹത്തെ

വല്ലാതെ ക്ഷീണിപ്പിക്കുകയും ചെയ്തു. ഇതിനിടയ്ക്കും, 1641 ൽ, പെൻഡുലത്തിന്റെ തത്വമുപയോഗിച്ച് ക്ലോക്ക് ഉണ്ടാക്കുന്നതിനെ സംബന്ധിച്ച ആശയം മുന്നോട്ടു വയ്ക്കുകയുണ്ടായി. പക്ഷേ, അത് പൂർണതയിലെത്തിക്കാൻ അദ്ദേഹത്തിന് കഴിഞ്ഞില്ല. കടുത്ത പനിയും നെഞ്ചുവേദനയും ബാധിച്ച ഗലീലിയോ 1642 ജനുവരി 8ന് എഴുപത്തി ഏഴാം വയസിൽ ടസ്കനിയിലെ ആർസെട്രിയിൽ വച്ച് മരണമടഞ്ഞു.

2

ഗലീലിയോയെ സ്വാധീനിച്ച ദാർശനികർ

'**ശാ**സ്ത്രത്തിന്റെ പിതാവാണ് ഗലീലിയോ' എന്ന് പറയാറുണ്ട്. ആൽബർട്ട് ഐൻസ്റ്റൈൻ ഗലീലിയോയെ, 'ആധുനിക ശാസ്ത്രത്തിന്റെ പിതാവ്' എന്നാണ് വിശേഷിപ്പിച്ചത്. ഗലീലിയോയുടെ കാലഘട്ടം വരെ നിലനിന്നിരുന്ന പ്രപഞ്ചത്തെ സംബന്ധിച്ച വീക്ഷണത്തിലും പ്രതിഭാസങ്ങളുടെ വ്യാഖ്യാനങ്ങളിലും വമ്പിച്ച മാറ്റം വരുത്തുന്നതിൽ നിർണായകമായ പങ്ക് ഗലീലിയോയ്ക്ക് ഉണ്ടായിരുന്നതിനാലാണ് ഐൻസ്റ്റൈൻ ഗലീലിയോയെ അത്തരത്തിൽ വിശേഷിപ്പിച്ചത്. പരീക്ഷണ നിരീക്ഷണങ്ങളെ അടിസ്ഥാനപ്പെടുത്തിക്കൊണ്ട് ഗണിതത്തിന്റെ പ്രയോഗത്തിലൂടെ ഭൗതികവസ്തുക്കളേയും പ്രതിഭാസങ്ങളേയും വ്യാഖ്യാനിക്കുക മാത്രമല്ല, മാറ്റാനും കഴിയുമെന്ന് ഗലീലിയോ തെളിയിച്ചു. അതുകൊണ്ടുതന്നെയാണ് 'ആധുനിക ശാസ്ത്രത്തിന്റെ ജന്മത്തിന് മറ്റാരേക്കാളും ഉത്തരവാദി ഗലീലിയോ' ആണെന്ന് സ്റ്റീഫൻ ഹാക്കിങ് അഭിപ്രായപ്പെട്ടത്.

പൈതഗോറസ്

പുതിയൊരു ശാസ്ത്രീയ രീതി വളർത്തിയെടുക്കുന്നതിൽ ഗലീലിയോയ്ക്ക് ഊർജം പകർന്ന നിരവധി ദാർശനികരും ഗണിതജ്ഞരും ഉണ്ട്. അതിൽ ചിലരെ പരാമർശിക്കാതിരിക്കാൻ കഴിയില്ല. കൂട്ടത്തിൽ ഏറ്റവും പൗരാണികനായ ഗണിതജ്ഞനാണ്

ഗ്രീക്കു ദാർശനികൻ കൂടിയായ 'പൈതഗോറസ്' (Pythagoras). ക്രിസ്തുവിന് മുമ്പ് 580 ൽ ഗ്രീസിൽ ജനിക്കുകയും ക്രി മു 500 ൽ ഇറ്റലിയിൽ വച്ച് മരിക്കുകയും ചെയ്ത പൈതഗോറസിന്റെ സുപ്രസിദ്ധമായ 'പൈതഗോറസ് സിദ്ധാന്തം' (Pythagoras Theorem) ഇന്നും സ്കൂൾ ക്ലാസുകളിൽ പഠിപ്പിക്കുന്നുണ്ട്. മറ്റൊരാൾ, ഗ്രീക്കു ദാർശനികനും ഗണിതജ്ഞനുമായ 'പ്ലേറ്റോ' (Plato) ആണ്. പ്ലേറ്റോയുടെ രീതികൾ ഗലീലിയോയെ വളരെയേറെ ആകർഷിച്ചിരുന്നു. സോക്രട്ടീസിന്റെ ശിഷ്യനായ പ്ലേറ്റോ ഗ്രീസിൽ ക്രിസ്തുവിന് മുമ്പ് ഉദ്ദേശം 427ന് ജനിക്കുകയും 347ന് മരിക്കുകയും ചെയ്തതായി കണക്കാക്കുന്നു. പ്ലേറ്റോയുടെ വിഖ്യാതനായ ശിഷ്യൻ 'അരിസ്റ്റോട്ടിൽ' (Aristotle) ഗ്രീസിൽ ക്രി മു 384 ൽ ജനിക്കുകയും ക്രി മു 322 ൽ മരിക്കുകയും ചെയ്തു. അരിസ്റ്റോട്ടിലിന്റെ ദർശനങ്ങളെ അന്ധമായി ദത്തെടുത്ത ക്രിസ്തീയസഭ, അവയ്ക്കു ദിവ്യപരിവേഷം നൽകുകയും അവയുടെ സംരക്ഷണാർഥം നിരവധി ശാസ്ത്രജ്ഞരെ നിർദയം പീഡിപ്പിക്കുകയും തടവിലിടുകയും ചുട്ടുകൊല്ലുകയും വരെ ചെയ്തിട്ടുണ്ട്. അരിസ്റ്റോട്ടിലിന്റെ ദർശനങ്ങളിലെ അശാസ്ത്രീയതയ്ക്കെതിരെയുള്ള പോരാട്ടമായിരുന്നു ഗലീലിയോയെ സഭയുടെ ശത്രുവാക്കിയതും ജീവിതദുരന്തങ്ങളിലേക്കെത്തിച്ചതെന്നും കാണാൻ കഴിയും.

യൂക്ലിഡ്

ഗലീലിയോ എന്ന ഗണിതജ്ഞനേയും ശാസ്ത്രജ്ഞനേയും രൂപപ്പെടുത്തുന്നതിൽ ഏറ്റവും കൂടുതൽ സ്വാധീനം ചെലുത്തിയ ആളാണ് 'ജ്യാമിതി(Geometry) യുടെ പിതാവ്' എന്ന് അറിയപ്പെടുന്ന 'യൂക്ലിഡ്' (Euclid). ഏതാണ്ട് ക്രി മു 300കളിൽ അലക്സാൻട്രിയയിൽ ജീവിച്ചിരുന്ന യൂക്ലിഡ് തന്റെ ജീവിതകാലം വരെ ലഭ്യമായ ജ്യാമിതിയുടെ വിവരങ്ങൾ പതിമൂന്ന് (13) പുസ്തകങ്ങളിലായി പ്രസിദ്ധീകരിച്ചു. *യൂക്ലിഡിന്റെ തത്വങ്ങൾ (Euclid's elements)* എന്ന ഈ പുസ്തകങ്ങളാണ്, പിസായിൽ ഭിഷഗ്വരനാകാൻ പോയ ഗലീലിയോയെ ഗണിതജ്ഞനാക്കി മാറ്റിയതെന്ന് മുൻ അധ്യായത്തിൽ നാം കണ്ടു. പ്രസിദ്ധീകരിക്കപ്പെട്ട് രണ്ടായിരത്തി മുന്നൂറു വർഷങ്ങൾക്കു ശേഷം ഇന്നും പ്രസ്തുത പുസ്തകങ്ങൾ വളരെ പ്രസക്തമായിത്തന്നെ നിലകൊള്ളുന്നു എന്നതാണ് അതിന്റെ സവിശേഷത.

ഗലീലിയോയെ വളരെയധികം സ്വാധീനിച്ച പ്രാചീനകാലത്തെ ഏറ്റവും പ്രഗത്ഭനായ ശാസ്ത്രജ്ഞനാണ് 'ആർക്കിമിഡീസ്' (Archimedes). ഗ്രീക്കു ഗണിതജ്ഞനും എൻജിനീയറും ഒക്കെ ആയിരുന്ന ആർക്കിമിഡീസ് ജനിച്ചത് ഉദ്ദേശം ക്രി മു 287ലും മരിച്ചത് ഉദ്ദേശം

ആർക്കിമിഡീസ്

ക്രി മു 212ലും ആണ്. ▢ യുടെ മൂല്യം ആദ്യമായി കണക്കുകൂട്ടിയത് ആർക്കിമിഡീസ് ആയിരുന്നു. ആദ്യമായി പ്ലാനറ്റേറിയം നിർമിച്ചത് അദ്ദേഹമാണ്. പ്ലവനതത്വവും ഉത്തോലകതത്വവും ആവിഷ്കരിച്ചു. ഇവയെല്ലാം ഗലീലിയോക്ക് പ്രത്യേകതാൽപ്പര്യമുള്ള മേഖലകളായിരുന്നു.

ഗണിതജ്ഞൻ, ജ്യോതിശാസ്ത്രജ്ഞൻ, ഭൗമശാസ്ത്രജ്ഞൻ, ജ്യോത്സ്യൻ എന്നീ നിലകളിലെല്ലാം പേരെടുത്ത 'ടോളമി' (Ptolemy) ക്രിസ്ത്വാബ്ദം 90 ൽ ജനിക്കുകയും 168 ൽ മരിക്കുകയും ചെയ്തു. ഭൗമകേന്ദ്രസിദ്ധാന്തത്തിന്റെ പ്രണേതാവായിരുന്നു റോമൻപൗരത്വം സ്വീകരിച്ച ഗ്രീക്കുവംശജനായ ടോളമി. ഗണിതപരമായും ദൂരദർശിനിയിലൂടെയുള്ള നിരീക്ഷണങ്ങളിലൂടെയും ടോളമിയുടെ സിദ്ധാന്തത്തെ ഖണ്ഡിക്കാൻ ഗലീലിയോയ്ക്കു കഴിഞ്ഞു.

ഗലീലിയോക്കു മുമ്പേ അരിസ്റ്റോട്ടിലിന്റെയും ടോളമിയുടെയും ഭൗമകേന്ദ്രസിദ്ധാന്തത്തിന് ബദലായി സമഗ്രമായ സൗരകേന്ദ്രസിദ്ധാന്തം ആവിഷ്കരിച്ച മഹാനാണ് 'നിക്കോളാസ് കോപ്പർനിക്കസ്' (Nicolaus Copernicus). പോളണ്ടിൽ 1473 ഫെബ്രുവരി 19ന് ജനിച്ച കോപ്പർനിക്കസ് 1543 മേയ് 24ന് മരണമടഞ്ഞു. ഗണിതജ്ഞൻ, ജ്യോതിശാസ്ത്രജ്ഞൻ, ഭിഷഗ്വരൻ, കാനോൻനിയമവിദഗ്ധൻ എന്നീ നിലകളിലെല്ലാം പ്രശസ്തനായിരുന്നു. സൂര്യനും ഗ്രഹങ്ങളും നക്ഷത്രങ്ങളും ഭൂമിയെ ചുറ്റുന്നുവെന്ന വാദം തെറ്റാണെന്നും ഭൂമിയും ഗ്രഹങ്ങളും മറ്റും സൂര്യനെ ചുറ്റുകയാണെന്നും വിശദീകരിച്ചുകൊണ്ട് കോപ്പർനിക്കസ് *ഖഗോള ഗോളങ്ങളുടെ പരിക്രമണം സംബന്ധിച്ച് (On the revolutions of the Celestial Spheres-De revolutionibus Orbium Coelestium)* എന്ന പ്രധാനപ്പെട്ട പുസ്തകം എഴുതുകയുണ്ടായി. ഒരു ക്രിസ്ത്യൻ പുരോഹിതനായ കോപ്പർനിക്കസ്, സഭയെ ഭയന്ന് പുസ്തക

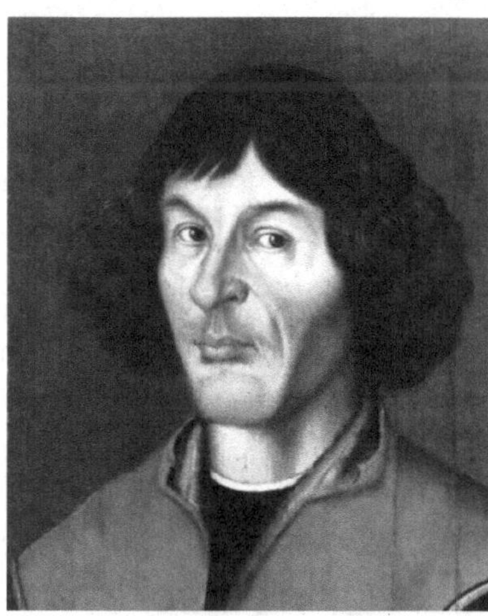
നിക്കോളാസ് കോപ്പർനിക്കസ്

ടൈക്കു ബ്രാഹി

ത്തിന്റെ പ്രസിദ്ധീകരണം നീട്ടിക്കൊണ്ടു പോയി. അദ്ദേഹം മരിക്കുന്നതിനുതൊട്ടുമുമ്പായി 1543 ൽ പ്രസ്തുത പുസ്തകം പ്രസിദ്ധീകരിക്കപ്പെട്ടു. ഈ പുസ്തകപ്രസാധനത്തോടെ ആധുനിക ജ്യോതിശാസ്ത്രത്തിന് തുടക്കംകുറിച്ചതായാണ് കരുതപ്പെടുന്നത്.

കോപ്പർനിക്കസ് മരിച്ച് മൂന്നു സംവത്സരങ്ങൾക്കുശേഷം ഡെൻമാർക്കിൽ ജനിച്ച (ജനനം: 1546 ഡിസംബർ 14—മരണം: 1601 ഒക്ടോബർ 24) 'ടൈക്കുബ്രാഹി' (Tycho Brahe) വാനനിരീക്ഷകനും രസവാദി (Alchemist) യും എന്ന നിലയിൽ പേരെടുത്തിരുന്നു. ആദ്യകാലത്ത് അരിസ്റ്റോട്ടിലിനെ പൂർണമായും പിന്തുണയ്ക്കുകയും കോപ്പർനിക്കസിനെ ശക്തമായി എതിർക്കുകയും ചെയ്ത ടൈക്കുബ്രാഹി പിന്നീട് മുൻനിലപാടിൽ മാറ്റം വരുത്തുകയുണ്ടായി. വളരെ കൃത്യമായിരുന്നു അദ്ദേഹത്തിന്റെ ജ്യോതിശാസ്ത്രനിരീക്ഷണങ്ങൾ. വിലപ്പെട്ട ഈ വിവരങ്ങൾ ജ്യോതിശാസ്ത്രത്തിന്റെ വളർച്ചയ്ക്ക് വളരെ സഹായകമായി.

ഗലീലിയോയുടെ സമകാലീനനായിരുന്നു 'ജോഹന്നസ് കെപ്ലർ' (Johannes Kepler). 1571 ഡിസംബർ 27ന് ജർമനിയിൽ ജനിച്ച അദ്ദേഹം മരണമടഞ്ഞത് 1630 നവംബർ 15ന് ആണ്. ഗണിതജ്ഞൻ, ജ്യോതിശാസ്ത്രജ്ഞൻ, ജ്യോത്സ്യൻ എന്നീ നിലകളിലെല്ലാം അദ്ദേഹം ഖ്യാതി നേടി. കോപ്പർനിക്കസിന്റെ സൗരകേന്ദ്രസിദ്ധാന്തത്തെ പിന്തുണച്ചുകൊണ്ട് *പ്രപഞ്ചനിഗൂഢത (Mysterium Cosmographicum 'മിസ്റ്റീരിയം കോസ്മോഗ്രാഫിക്കം)* എഴുതി 1597 ൽ പ്രസിദ്ധീകരിക്കുകയുണ്ടായി. ടൈക്കുബ്രാഹിയുടെ നിരീക്ഷണഫലങ്ങളും ഗണിതത്തിലുള്ള തന്റെ പ്രാഗത്ഭ്യവും ഉപയോഗപ്പെടുത്തിക്കൊണ്ട് കെപ്ലർ ഗ്രഹങ്ങളുടെ ചലനനിയമങ്ങൾ രൂപപ്പെടുത്തി. ഗ്രഹങ്ങൾ എല്ലാം സൂര്യനെ ചുറ്റുന്നു എന്നു മാത്രമല്ല, അവയുടെ സഞ്ചാരപഥം ദീർഘവൃത്താകൃതി

ജോഹന്നസ് കെപ്ലർ

ജിയോർദാണോ ബ്രൂണോ

യിൽ ആണെന്നും അദ്ദേഹം തെളിയിക്കുയുണ്ടായി. ഇന്ന് കോളേജ് ക്ലാസുകളിൽപോലും ഇവ പാഠ്യവിഷയമാണ് എന്നത് ഈ നിയമങ്ങളുടെ പ്രാധാന്യം എടുത്തുകാട്ടുന്നു.

ഗലീലിയോയുടെ കാലത്ത് ഇറ്റലിയിലെ ക്രിസ്തീയസഭ എന്തുമാത്രം അസഹിഷ്ണുത പുലർത്തിയിരുന്നുവെന്നും ക്രൂരമായിരുന്നുവെന്നും വെളിവാക്കുന്നതാണ് ഒരു പ്രമുഖനായ ദാർശനികനെ പരസ്യമായി ചുട്ടുകൊന്ന സംഭവം. 1548 ൽ ജനിച്ച ജിയോർദാണോ ബ്രൂണോ (Giordano Bruno) റോമിലെ അറിയപ്പെടുന്ന ദാർശനികനും പ്രപഞ്ച വൈജ്ഞാനികനും ആയിരുന്നു. ദൈവവിശ്വാസിയും പാതിരിയുമായ ബ്രൂണോയെ, സഭ ഉയർത്തിപ്പിടിച്ച അരിസ്റ്റോട്ടിലിന്റെ സിദ്ധാന്തങ്ങളിൽ പലതും തെറ്റാണെന്ന് പറഞ്ഞുനടന്നതിനാണ് സഭാകോടതി (ഇൻക്വിസിഷൻ) വിചാരണചെയ്യുകയും 1600 ഫെബ്രുവരി 17 ന് പരസ്യമായി ചുട്ടുകൊല്ലുകയും ചെയ്തത്. ഈ ക്രൂരതയെ പ്രതിരോധിക്കാൻ അക്കാലത്ത് ഇറ്റലിയിൽ ആർക്കും കഴിഞ്ഞില്ല എന്നതായിരുന്നു അന്നത്തെ അവസ്ഥ.

3

അരിസ്റ്റോട്ടിലിയന്മാരും പ്ലേറ്റോണിസ്റ്റുകളും

അരിസ്റ്റോട്ടിൽ

ശാസ്ത്രത്തിന് ഗലീലിയോയുടെ സംഭാവനകൾ പരിശോധിക്കുന്നതിനുമുമ്പായി, ഗലീലിയോയ്ക്ക് മുമ്പ് ഏതാണ്ട് രണ്ടായിരത്തോളം വർഷങ്ങളായി കാര്യമായ യാതൊരു വെല്ലുവിളിയും നേരിടാതെ, നിലനിന്ന അരിസ്റ്റോട്ടിലിന്റെ അടിസ്ഥാനപരമായ ചില സിദ്ധാന്തങ്ങൾ മനസിലാക്കുന്നത് നന്നായിരിക്കും.

അരിസ്റ്റോട്ടിലിന്റെ സിദ്ധാന്തങ്ങൾ

അരിസ്റ്റോട്ടിലിന്റെ പ്രപഞ്ചവീക്ഷണം സാമാന്യബുദ്ധിയുടെ വീക്ഷണമാണ്. അതിനപ്പുറം അത് പോകുന്നേയില്ല. പ്രപഞ്ചത്തിന്റെ ഘടകങ്ങൾ ആകെ അഞ്ചാണത്രെ! തീ (Fire), ഭൂമി (Earth), വായു (Air), ജലം (Water), ഈതർ (Aether) എന്നിവയാണവ. ഇതിൽ തീ ചൂടും വരണ്ടതുമാണ്. വായു ചൂടും ഈർപ്പമുള്ളതുമാണ്. ജലം തണുത്തതും ഈർപ്പമുള്ളതുമാണ്. ഭൂമി തണുത്തതും വരണ്ടതുമാണ്. ഈതർ എന്ന ദിവ്യമായ വസ്തുകൊണ്ടാണത്രെ ആകാശത്തേയും, നക്ഷത്രങ്ങളും ഗ്രഹങ്ങളും ഉൾപ്പെടുന്ന ആകാശവസ്തുക്കളേയും നിർമിച്ചിരിക്കുന്നത്.

ഓരോ വസ്തുവിനും അതിന്റേതായ സ്വാഭാവികമായ ഒരു സ്ഥാനം ഈ പ്രപഞ്ചത്തിൽ ഉണ്ടാകും. അതിനെ സ്വാഭാവികസ്ഥാനം (Natural place) എന്നു വിളിക്കും. ഭൂമിയുടെ സ്വാഭാവികസ്ഥാനം പ്രപഞ്ചത്തിന്റെ കേന്ദ്രബിന്ദു ആണത്രെ! അതിനുമുകളിലാണ് വെള്ളത്തിന്റെ സ്വാഭാവികസ്ഥാനം. വെള്ളത്തിന്റെ മുകളിൽ വായുവിനും അതിനുമുകളിലായി തീക്കും സ്വാഭാവികസ്ഥാനങ്ങളായിരിക്കും. അവയുടെ സ്വാഭാവികസ്ഥാനത്തുനിന്നും മാറ്റിയാൽ അവ സ്വാഭാവികസ്ഥാനത്തേയ്ക്ക് സ്വാഭാവികചലനത്തിലൂടെ സ്വയം തിരിച്ചുവരും; അതിനു ബാഹ്യമായ കാരണങ്ങളൊന്നും ഉണ്ടാകേണ്ടതില്ല. അവയുടെ ചലനത്തിന്റെ കാരണം സ്ഥായിയായതും ആന്തരികവും ആയിരിക്കുമത്രെ! അതുകൊണ്ട്, ഖരപദാർഥങ്ങൾ വെള്ളത്തിലിട്ടാൽ താഴ്ന്നുപോകും, വായുകുമിളകൾ വെള്ളത്തിൽ പൊങ്ങിവരും, മഴവെള്ളം ഭൂമിയിലേക്ക് പതിക്കും, അഗ്നിനാളം വായുവിൽ ഉയർന്നുപൊങ്ങും. ഘനവസ്തു(ഭൂമിയും ജലവും) ക്കളുടെ സ്വാഭാവികചലനം ഭൂകേന്ദ്രത്തിലേക്ക് ലംബമായിട്ടും, ലഘുവസ്തു (വായുവും അഗ്നിയും)ക്കളുടേത് പുറം പരിധിയിലേക്കും ആയിരിക്കും. ആകാശവസ്തുക്കളെല്ലാം വൃത്തപഥത്തിലൂടെ നിരന്തര സഞ്ചാരത്തിലായിരിക്കും.

തീനാളം മുകളിലോട്ട് നിൽക്കുന്നത് സ്വാഭാവികമാണ്. അതുകൊണ്ട് വസ്തുവിനെ ചൂടാക്കാൻ തീനാളത്തിനുമുകളിൽ പിടിക്കണം. ചൂടുകൂടിയ വസ്തുവിൽനിന്നും തണുത്തവസ്തുവിലേക്ക് താപം ഒഴുകും; കാരണമെന്തെന്നാൽ ചൂടായ വസ്തു സ്വാഭാവികമായി തണുക്കുന്നു. പക്ഷേ, തണുത്തവസ്തു സ്വാഭാവികമായി ചൂടാകുന്നില്ല. ഒരു വസ്തുവിന്റെ ആകൃതി (shape) ആണ് അത് വെള്ളത്തിൽ മുങ്ങുമോ പൊങ്ങിക്കിടക്കുമോ എന്ന് നിർണയിക്കുന്നത്; ഉദാഹരണത്തിന് സൂചിയും ഇലയും വെള്ളത്തിൽ പൊങ്ങിക്കിടക്കുമ്പോൾ കട്ടയും ഗോളവും മുങ്ങുന്നു.

ഏറ്റവും താഴ്ന്ന സ്ഥാനത്ത് (ഗുരുത്വാകർഷണകേന്ദ്രത്തിൽ) എത്താൻ ഖരപദാർഥങ്ങളെല്ലാം യത്നിക്കും; അത് സ്വയം മുകളിലോട്ടുപോകുകയില്ല. ആദ്യത്തേത് സ്വാഭാവിക(natural) ചലനവും രണ്ടാമത്തേത് തീവ്രവും ബലാൽക്കാരവുമായ (Violent) ചലനവും. പ്രപഞ്ചത്തിൽ എല്ലാം ക്രമത്തിൽ ആണെങ്കിൽ വസ്തുക്കളെല്ലാം അതിന്റെ സ്വാഭാവിക സ്ഥാനത്തായിരിക്കും. അവിടെനിന്നും അതിനെ മാറ്റാൻ ശ്രമമുണ്ടായാൽ മാറ്റത്തെ പ്രതിരോധിക്കാൻ അത് ശ്രമിക്കും. ബലാൽക്കാരമായ ചലനത്തെ എതിർക്കുകയും സ്വാഭാവികസ്ഥാനത്തേക്ക് വരാൻ ശ്രമിക്കുകയും ചെയ്യും. ബലാൽക്കാരചലനത്തിനെതിരായുള്ള ചലനത്തെ സ്വാഭാവികചലനമെന്ന് പറയും. ഒരു വസ്തുവിനെ ചലിപ്പിക്കാൻ കാരണമായതെന്താണോ അതിനെ മാറ്റിയാൽ ചലനം ഉടൻ അവസാനിക്കും. ബാഹ്യപ്രവർത്തനം തീവ്രചലനത്തെ നിർണയിക്കുന്നുണ്ടെങ്കിലും ചലനം തുടരാനുള്ള ബലം അത് ചലിക്കുന്ന വസ്തുവിന് നൽകുന്നില്ല. കൈകൊണ്ടെറിയുന്ന ഒരു വസ്തു കൈയിൽനിന്നും വിട്ടാലും, സ്വാഭാവികചലനത്തിനു വിധേയമായികുത്തനെ വീഴാതെ മുന്നോട്ടുപോകുന്നതിനുകാരണം ചുററുമുള്ള മാധ്യമം തീവ്രചലനം നൽകുന്നതുകൊണ്ടാ

ണെന്നും അവ മാറിക്കൊണ്ടിരിക്കുമെന്നും അതിനാൽ കുറേദൂരം പോയതിനു ശേഷം വസ്തു ഭൂമിയിലേക്ക് പതിക്കുമെന്നും അരിസ്റ്റോട്ടിൽ പറഞ്ഞു. ഓരോ നിമിഷവും ബാഹ്യപ്രവർത്തനം വസ്തു അതിലേക്ക് ലയിപ്പിക്കുകയാണ്; അല്ലാതെ മുന്നോട്ടുള്ള ചലനത്തിന് ബലം നൽകുന്നില്ല. നൈമിഷികമായ ബലത്തെ മാത്രമേ അരിസ്റ്റോട്ടിൽ അംഗീകരിച്ചിരുന്നുള്ളൂ; അത് നിമിഷനേരംകൊണ്ട് തിരിച്ചുവരാത്ത രീതിയിൽ അപ്രത്യക്ഷമാകുന്നുവത്രെ! ആധുനികകാലത്തെ ബലം (Force) ജഡത്വം (Inertia) എന്നിവ സംബന്ധിച്ച യാതൊരു ധാരണയും അരിസ്റ്റോട്ടിലിനുണ്ടായിരുന്നില്ല.

പ്രപഞ്ചത്തിന് സ്ഥായീഭാവമാണെന്നാണ് അരിസ്റ്റോട്ടിലിന്റെ സിദ്ധാന്തം. ആകാശവസ്തുക്കളെല്ലാം സ്ഥിരതയുള്ളതും ഒരു മാറ്റത്തിനും വിധേയമാകാത്തതുമാണ്. വസ്തുവിന്റെ രൂപമനുസരിച്ചായിരിക്കും സ്വാഭാവിക ചലനമെന്നതിന്റെ അടിസ്ഥാനത്തിൽ, ഖഗോളവസ്തുക്കൾക്കെല്ലാം ഗോളാകൃതി ആയതിനാൽ അവയെല്ലാം ഏകസമാന പരിക്രമണം നടത്തുന്നുവെന്നും അവയുടെ പരിക്രമണം ഭൂമിയെ കേന്ദ്രബിന്ദു ആക്കിക്കൊണ്ടായിരിക്കുമെന്നും അരിസ്റ്റോട്ടിൽ കരുതി. സ്ഥായിയായതും ആന്തരികമായതുമായ കാരണങ്ങളാലാണ് ഭൂമിക്കുചുറ്റും കറങ്ങുന്നതെന്നും എപ്പോഴാണോ ഈ കാരണങ്ങൾ പ്രവർത്തനം നിർത്തുന്നത് (പ്രവർത്തിക്കുന്നതിന്റെ കാരണക്കാരനായ ദൈവം ഇച്ഛിക്കുന്നത്) അപ്പോൾ തന്നെ ചലനം നിലയ്ക്കുമെന്നും വസ്തുവിന് ബാഹ്യമായ യാതൊന്നുംതന്നെ ഇത്തരം സ്വാഭാവികചലനത്തെ ബാധിക്കുന്നില്ലായെന്നും അരിസ്റ്റോട്ടിൽ വിശദീകരിച്ചു.

ഒരു വസ്തുവിന് മറ്റൊരു വസ്തുവിനെ ചലിപ്പിക്കണമെങ്കിൽ അവ പരസ്പരം തൊട്ടിരിക്കണമെന്നും പരസ്പരം തൊടാതിരിക്കുന്നവ തമ്മിൽ യാതൊരു പ്രവർത്തനവും ഉണ്ടാകാൻ കഴിയില്ലായെന്നും അകലത്തിലിരിക്കുന്ന ഒരു വസ്തുവിനെ ചലിപ്പിക്കാൻ വസ്തുക്കൾക്ക് കഴിയില്ലായെന്നും അരിസ്റ്റോട്ടിൽ വിശ്വസിച്ചു.

ശൂന്യത ഒരു ഭൗതികമാധ്യമമല്ലാത്തതുകൊണ്ട് അവിടെ സ്വാഭാവികസ്ഥാനം നിലനിൽക്കുന്നില്ല. അതുകൊണ്ട്, വസ്തുക്കളെ ഒന്നിനേയും അവിടെ എവിടെയെങ്കിലും വയ്ക്കാൻ കഴിയില്ല. ശൂന്യപ്രദേശത്തിലൂടെ വസ്തുക്കളുടെ ചലനം സാധ്യമല്ലായെന്നും അരിസ്റ്റോട്ടിൽ സിദ്ധാന്തിച്ചു.

ശൂന്യസ്ഥലത്തിലൂടെ സഞ്ചരിക്കുന്ന വസ്തു അതേവേഗതയിലും ദിശയിലും സഞ്ചരിക്കുമെന്ന പുത്തൻ സിദ്ധാന്തം അരിസ്റ്റോട്ടിലിന് മനസിലായിരുന്നില്ല. യഥാർഥവസ്തു അയഥാർഥസ്ഥലത്തിലൂടെ (മാധ്യമത്തിന്റെ സഹായമില്ലാതെ) എങ്ങനെയാണ് നേർവരയിൽ സഞ്ചരിക്കാൻ കഴിയുക എന്ന് അരിസ്റ്റോട്ടിൽ അത്ഭുതപ്പെട്ടു. ഗണിതകവസ്തു ഗണിതകസ്ഥലത്തിലൂടെ സഞ്ചരിക്കുന്നത് അംഗീകരിക്കാമെന്നും, കാരണം അത് രണ്ടും അയഥാർഥമായതുകൊണ്ടാണെന്നും അരിസ്റ്റോട്ടിൽ അഭിപ്രായപ്പെട്ടു. അയഥാർഥമായതിനാൽ ജ്യാമതീയ വസ്തുക്കളെ ജ്യാമ

തീയ സ്ഥലത്ത് (ശൂന്യതയിൽ) വയ്ക്കാൻ കഴിയുമെന്നും അരിസ്റ്റോട്ടിൽ സമ്മതിച്ചിരുന്നു.

ഭൗതികശാസ്ത്രത്തിലെ പ്രതിഭാസങ്ങളേയും പ്രക്രിയകളേയും വിശകലനം ചെയ്യുന്നതിനായി ഗണിതത്തെ ഫലപ്രദമായി ഉപയോഗിക്കാമെന്നായിരുന്നു അരിസ്റ്റോട്ടിലിന്റെ ഗുരുവായ പ്ലേറ്റോയുടെ വിശ്വാസം. അത്തരത്തിൽ പലപ്രതിഭാസങ്ങളേയും പ്ലേറ്റോ വിശകലനം ചെയ്തിരുന്നു. എന്നാൽ അരിസ്റ്റോട്ടിൽ ഇക്കാര്യത്തിൽ വ്യത്യസ്തനിലപാടാണെടുത്തത്. പ്ലേറ്റോക്ക് എന്നെങ്കിലും തെറ്റുവന്നാൽ അത് ഗണിതമുപയോഗിച്ചതുകൊണ്ടാണെന്ന് അരിസ്റ്റോട്ടിൽ അഭിപ്രായപ്പെട്ടിരുന്നു.

അരിസ്റ്റോട്ടിലിയനും പ്ലേറ്റോണിസ്റ്റും

ഗണിതത്തിന് മറ്റെല്ലാത്തിനേയും അപേക്ഷിച്ച് ഉയർന്ന പദവി നൽകുകയും, അതിന് യഥാർഥത്തിലുള്ള (Real) മൂല്യം നൽകുകയും, ഭൗതികശാസ്ത്രത്തിൽ മേധാവിത്വപരമായ പങ്ക് വഹിക്കാൻ കഴിയുന്നതുമായ രീതി അവലംബിക്കുകയും ചെയ്യുന്നവരെ പ്ലേറ്റോണിസ്റ്റുകൾ (Platonist) എന്ന് വിളിച്ചിരുന്നു. ഗണിതം ദുർഗ്രഹവും അയഥാർഥവുമായ ശാസ്ത്രമാണെന്നും അതിന് ഭൗതിക-അതിഭൗതിക (Physics-metaphysics) ശാസ്ത്രത്തിന്റെ യാഥാർഥ്യവുമായി (ഇന്ദ്രിയാനുഭവങ്ങളേയും അനുഭൂതികളേയും അടിസ്ഥാനപ്പെടുത്തി) താരതമ്യപ്പെടുത്തിയാൽ രണ്ടാമത്തേതോ അനുബന്ധമായതോ ആയ സ്ഥാനമേ ഉള്ളൂവെന്നും കരുതുന്നവരെ അരിസ്റ്റോട്ടിലിയൻ (Aristotalian) എന്നും വിശേഷിപ്പിച്ചിരുന്നു.

അരിസ്റ്റോട്ടിലിയന്മാരും പ്ലേറ്റോണിസ്റ്റുകളും തമ്മിലുള്ള തർക്കം ഏതാണ്ട് രണ്ടായിരത്തോളം വർഷങ്ങൾ നിലനിന്നു. അരിസ്റ്റോട്ടിലിയന്മാരുടെ അഭിപ്രായത്തിൽ പ്രകൃതിയിൽ കാണുന്ന ഒന്നിനും ഗണിതകമായി പൂർണവിശദീകരണം സാധ്യമല്ല. എന്തെന്നാൽ, പ്രകൃതിയിലെ ഭൗതികവസ്തുക്കളെല്ലാം ഗുണപരവും അവ്യക്തവുമാണ്. അതിനാൽ അവയ്ക്കൊന്നും തന്നെ ഗണിതത്തിലെ കൃത്യതയും ഉറപ്പും സാധ്യമല്ല; ഏതാണ്ടതിനടുത്ത് ഏറിയും കുറഞ്ഞും ഇരിക്കുമെന്ന് മാത്രമേ പറയാൻ കഴിയൂ. ഭൗതികം പ്രയുക്തജ്യാമിതി (applied geometry) അല്ല. ഭൗതികവസ്തുക്കളൊന്നും തന്നെ ഗണിതകരൂപങ്ങൾ അല്ല. ആകാശത്ത് സ്ഥിതിവ്യത്യാസമാണ്; ആകാശവസ്തുക്കൾക്കെല്ലാം സമമിതി ഉണ്ട്. അതിനാൽ അവിടെ ഗണിതകജ്യോതിശാസ്ത്രം സാധ്യമാണ്. എന്നാൽ ജ്യോതിശാസ്ത്രം ഭൗതികശാസ്ത്രമല്ല. കാരണം ആകാശവസ്തുക്കൾ ഭൗതികവസ്തുക്കൾ അല്ല, ദിവ്യവസ്തുക്കളാണ്. ഇവിടെയാണ് പ്ലേറ്റോക്കു തെറ്റുപറ്റിയതത്രെ! അതുകൊണ്ട് പ്രകൃതിയുടെ ഗണിതകതത്വശാസ്ത്രം പ്രയോജനരഹിതമാണ്. അത് സത്യത്തിനുപകരം തെറ്റിലേക്ക് നമ്മെ നയിക്കും. മാത്രമല്ല, യഥാർഥ പ്രകൃതിയിൽ വൃത്തമോ, ത്രികോണമോ നേർവരയോ കാണുന്നില്ല; അതുകൊണ്ട് ഗണിത

ഭാഷപഠിക്കുന്നത് പ്രയോജനരഹിതമാണ്. ചലനം അക്കങ്ങളിലല്ലല്ലോ! പ്ലേറ്റോണിസ്റ്റുകൾക്ക് ആർക്കും, എന്തിന് ആർക്കിമിഡീസിനുപോലും സ്ഥൈതികം(Statics) ആയി ബന്ധപ്പെട്ട സിദ്ധാന്തം ആവിഷ്കരിക്കാനേ കഴിഞ്ഞുള്ളൂ. ഗതികത്തിന്റെ (Dynamics) സിദ്ധാന്തം ആവിഷ്കരിക്കാൻ കഴിഞ്ഞില്ല; ചലിക്കുന്ന വസ്തുവിന്റെ സിദ്ധാന്തം ഗണിതത്തിലൂടെ രൂപപ്പെടുത്താൻ കഴിഞ്ഞിരുന്നില്ല. ഇങ്ങനെ പോകുന്നു, അരിസ്റ്റോട്ടിലിയന്മാരുടെ വാദഗതി.

ഗലീലിയോയും പ്ലേറ്റോയും

പിസായൂണിവേഴ്സിറ്റിയിൽ ഗലീലിയോ പഠിക്കുന്നകാലത്ത് അദ്ദേഹത്തിന്റെ ഗുരുവായിരുന്ന ഫ്രാൻസെസ്കോ ബ്യൂനോമിസി(Francesco Buonomici)യുടെ പ്രഭാഷണങ്ങളിൽനിന്ന് അരിസ്റ്റോട്ടിലിയന്മാരും പ്ലേറ്റോണിസ്റ്റുകളും തമ്മിലുള്ള തർക്കം ഗലീലിയോ മനസിലാക്കിയിരുന്നു. പിസാ യൂണിവേഴ്സിറ്റിയിൽ പ്രൊഫസർ ആയിവന്നശേഷം അവിടെ തന്റെ സുഹൃത്തായ ജാക്കോപോ മസ്സോനി (Jacopo Mazzoni) യിൽനിന്നും ഈ വിഷയത്തിൽ കൂടുതൽ വ്യക്തത നേടി. ഗണിതജ്ഞനായ ഗലീലിയോയെ സംബന്ധിച്ചിടത്തോളം ഈ തർക്കത്തിൽ തന്റെ പക്ഷമേതെന്നതിനെ സംബന്ധിച്ച് യാതൊരു സംശയവുമുണ്ടായിരുന്നില്ല. താമസിയാതെ തന്നെ പ്ലേറ്റോണിസ്റ്റുകളുടെ കൂട്ടത്തിൽ ഗലീലിയോയുടെ പേരും ഉയർന്നുവന്നു.

പ്ലേറ്റോ

പ്രകൃതിയെ ഗണിതകമായി വിശദീകരിക്കാൻ കഴിയുമെന്ന് ഗലീലിയോ ശക്തമായിത്തന്നെ നിലപാടെടുത്തു. എന്നു മാത്രമല്ല, പ്രകൃതിയിലെ വസ്തുക്കളെല്ലാം ജ്യാമതീയ സ്വഭാവത്തിലാണെന്നും വ്യക്തമാക്കി. വസ്തുക്കളുടെ ഗുണപരമായ സ്വഭാവം ഗണിതകമായി വ്യാഖ്യാനിക്കാൻ കഴിയാത്തതിനു കാരണം ഗുണം വ്യക്തിനിഷ്ഠമായതുകൊണ്ടാണെന്നും അതിന് അമിതപ്രാധാന്യം നൽകേണ്ടകാര്യമില്ലായെന്നും ഗലീലിയോ വാദിച്ചു. വ്യക്തിനിഷ്ഠമായ, ഇന്ദ്രിയ ഗ്രാഹ്യമായതാണ് അറിവിന്റെ ഉറവിടമെന്നത് തള്ളിക്കളയാനും പകരം ബൗദ്ധികമായതും മുൻകൂട്ടികാണാവുന്നതുമായ അറിവാണ് ശരിയായ, യാഥാർഥ്യത്തിന്റെ സത്തയെ മനസിലാക്കാനുള്ള മാർഗമെന്നും ഗലീലിയോ പറയുകയുണ്ടായി. ഗണിതമില്ലാതെ പ്രകൃതിയുടെ പ്രതിഭാസങ്ങളെ പഠിക്കുന്നത് ചെയ്യാൻ പറ്റാത്ത കാര്യം ചെയ്യാൻ ശ്രമിക്കുന്നതുപോലെയാണെന്നും ചലിക്കുന്ന വസ്തുക്കളെ സംബന്ധിച്ച്—പതിക്കുന്നതായാലും വിക്ഷേപിക്കപ്പെടുന്നതായാലും—പ്രകൃതിയുടെ നിയമം ഗണിതകമാകാതെ പറ്റില്ലായെന്നും

ഗലീലിയോ അഭിപ്രായപ്പെട്ടു. പതിക്കുന്ന വസ്തുക്കളുടെ ചലനം സംഖ്യാനിയമങ്ങൾക്ക് വിധേയമായിരിക്കുമെന്ന് സംശയലേശമന്യേ തെളിയിക്കുകയും ചെയ്തു. സംഖ്യകളുടെ ശാസ്ത്രത്തെ പൈതഗോറസും കൂട്ടരും അങ്ങേയറ്റം ബഹുമാനിച്ചിരുന്നതായും, സംഖ്യകളുടെ സ്വഭാവം മനസിലാക്കാൻ മനുഷ്യരുടെ ബുദ്ധിശക്തിക്ക് കഴിയുന്നുവെന്നതിനാൽ അതിന് ദിവ്യത്വമുണ്ടെന്ന് വിശ്വസിച്ചിരുന്ന പ്ലേറ്റോ അതിനെ ശ്ലാഘിക്കുന്നതായും തനിക്ക് നന്നായിത്തന്നെ അറിയാമെന്ന് ഗലീലിയോ പ്രസ്താവിക്കുന്നുണ്ട്. അതേവിലയിരുത്തലിൽ തന്നെയാണ് തനിക്കും താൽപ്പര്യമെന്നും അദ്ദേഹം പറയുന്നു. ഗണിതശാസ്ത്രജ്ഞാനത്താൽ മനുഷ്യമനസിന് ദൈവികമായ ധാരണയിൽ പൂർണത കൈവരുത്താനാവുമെന്നാണ് ഗലീലിയോ വിശ്വസിച്ചിരുന്നത്. പ്ലേറ്റോണിസ്റ്റുകളെ സംബന്ധിച്ചിടത്തോളം 'അറിയുക' എന്നു പറഞ്ഞാൽ 'മനസിലാക്കുക' അഥവാ 'ബോധ്യപ്പെടുക' എന്നതാണ്. ഗലീലിയോ പറയുന്നു; "ഒരാൾ സത്യമെന്താണെന്ന് സ്വയം അറിയുന്നില്ലെങ്കിൽ അയാൾക്ക് ആ അറിവ് നൽകാൻ മറ്റൊരാൾക്ക് കഴിയുന്നില്ല. സത്യമോ അസത്യമോ മറ്റൊരാളിനെ പഠിപ്പിക്കാൻ കഴിഞ്ഞേക്കും; എന്നാൽ സത്യമായിട്ടുള്ളത്, അതായത് മറ്റൊരു തരത്തിൽ ആകാൻ കഴിയാത്തത്, ഓരോ ശരാശരി മനസും അത് സ്വയം അറിയണം; അല്ലെങ്കിൽ ഒരിക്കലും പഠിക്കാൻ സാധ്യമല്ലാതാകും."

ഗണിതബോധവും ചിന്തയും ഇല്ലാത്തവരെ ശാസ്ത്രസത്യങ്ങൾ ബോധ്യപ്പെടുത്താൻ ബുദ്ധിമുട്ടാണെന്ന് ഗലീലിയോയ്ക്ക് അറിയാമായിരുന്നു. അരിസ്റ്റോട്ടിലിയന്മാരുടെ പഴക്കംചെന്ന വാദത്തെ ഖണ്ഡിക്കുന്നതിനുവേണ്ടി അധികാരം, പാരമ്പര്യം, സാമാന്യബോധം എന്നിവയോട് ഗലീലിയോയ്ക്ക് പോരടിക്കേണ്ടിവന്നിട്ടുണ്ട്. കുറേശ്ശേകുറെശ്ശേയായും പഴയതും പുതിയതുമായ വാദമുഖങ്ങൾ വീണ്ടും വീണ്ടും അവതരിപ്പിച്ചും ചർച്ചയ്ക്ക് വിധേയമാക്കിയും ആവശ്യാനുസരണം ഉദാഹരണങ്ങൾ നൽകിയും സാവധാനത്തിൽ ഗലീലിയോ മറ്റുള്ളവരെ ശാസ്ത്രസത്യങ്ങൾ പഠിപ്പിക്കുകയുണ്ടായി. ഓടുന്ന കുതിരപ്പുറത്തിരുന്ന് കുന്തം മുകളിലോട്ട് എറിഞ്ഞുപിടിക്കുന്നതും അമ്പെയ്യാൻ ഞാണിന്മേൽ ബലം പ്രയോഗിച്ച് പുറകോട്ടും മുമ്പോട്ടും ചലിക്കുന്നതും ഓടുന്നവണ്ടിയിലിരുന്ന് അമ്പെയ്യുമ്പോൾ അതിന്റെ ഗതിവേഗം നിയന്ത്രിക്കേണ്ടതിന്റെ ആവശ്യകതയുമൊക്കെ വിശദീകരിച്ചുകൊണ്ട് ചലനം എല്ലാവസ്തുക്കളിലും നിലനിൽക്കുന്നതാണെന്നും അതു തുടരാൻ പ്രത്യേകബലത്തിന്റേയോ കാരണത്തിന്റേയോ ആവശ്യമില്ലായെന്നും ഗലീലിയോ സമർഥിച്ചു. പ്രയത്നവും പ്രേരകശക്തിയും ഇല്ലാതെ വസ്തു ചലിക്കുന്നതിനെക്കുറിച്ച് അക്കാലത്ത് ചിന്തിക്കാൻ കഴിയുമായിരുന്നില്ല. ഇന്ദ്രിയങ്ങൾക്ക് ബോധ്യപ്പെടാൻ ബുദ്ധിമുട്ടുള്ളകാര്യം അതങ്ങനെയാണെന്ന് സങ്കൽപ്പിച്ചുകൊണ്ടും ഗണിതബോധത്തോടെ ചിന്തിച്ചുകൊണ്ടും ഗലീലിയോ പുത്തൻ ശാസ്ത്രത്തിന് അടിത്തറയിടുകയായിരുന്നു.

ഓടിക്കൊണ്ടിരിക്കുന്ന ഒരു കപ്പലിന്റെ പാമരത്തിന്റെ മുകളിൽനിന്നും ഒരു വസ്തു താഴോട്ട് വീണാൽ ആ വസ്തു എവിടെ വീഴുമെന്ന് നിർണയിക്കുന്നത്, ആ വസ്തുവിന്റെ ചലനം ഭൂമിയുടെയും കപ്പലിന്റെയും ചലനവുമായി ആപേക്ഷികമായി എങ്ങനെ ആയിരിക്കുമെന്നതിനെ അടിസ്ഥാനപ്പെടുത്തിയാണെന്ന് ഗലീലിയോ വ്യക്തമാക്കി. ആ വസ്തുവിന്റെ ചലനം കപ്പലിന്റെ ചലനവുമായി ആപേക്ഷികമായി യാതൊരു വ്യത്യാസവും ഉണ്ടാക്കുന്നില്ലായെന്ന് ഗലീലിയോ അവകാശപ്പെട്ടപ്പോൾ, അത് ഒരു പരീക്ഷണം നടത്തിക്കാണിക്കാമോ എന്ന് ഒരു കൂട്ടർ ആവശ്യപ്പെട്ടു. പരീക്ഷണം നടത്തി ബോധ്യമാകേണ്ടകാര്യമില്ലായെന്നും അത് അങ്ങനെ ആകാനേ കഴിയുകയുള്ളൂവെന്നും ഗലീലിയോ തറപ്പിച്ചു പറഞ്ഞു.

ശരിയായ സിദ്ധാന്തം രൂപപ്പെട്ടാൽ പിന്നീട് അത് തെളിയിക്കാനും അനുഭവവേദ്യമാക്കാനും കഴിയുമെന്ന് ഗലീലിയോ പ്രഖ്യാപിച്ചു. അനുഭവവേദ്യമായതിനുശേഷം സിദ്ധാന്തം രൂപപ്പെടുത്താൻ കാത്തിരിക്കേണ്ടതില്ലായെന്നും സിദ്ധാന്തം ഉണ്ടായാൽ അതിൽനിന്നും ശരിയായ അറിവ് ഉണ്ടാകുമെന്നുമായിരുന്നു ഗലീലിയോയുടെ നിലപാട്. ഒരുവസ്തുവിന്റെ ചലനത്തിന്റേയും ചലനമില്ലായ്മയുടേയും അടിസ്ഥാനനിയമങ്ങൾക്ക്—സ്ഥലത്തിനും കാലത്തിനും—ഗണിതസ്വഭാവത്തിലുള്ള നിയമങ്ങൾ ഉണ്ടാകും. ചിത്രങ്ങളുടെയും അക്കങ്ങളുടെയും നിയമങ്ങളായിരിക്കും അവ. പ്രകൃതിയിലെ ഏതു പ്രതിഭാസത്തേയും ജ്യാമിതിയിലൂടെ വെളിവാക്കാൻ കഴിയുമെന്നും ഗലീലിയോ വ്യക്തമാക്കി.

'പ്രകൃതിയെ ഗണിതവൽക്കരിക്കുക' എന്ന പ്ലേറ്റോയുടെ ആശയത്തെ അരിസ്റ്റോട്ടിലും കൂട്ടരും ചോദ്യം ചെയ്തിരുന്നുവെങ്കിലും അതിനെതിരെ തെളിവുകൾ നിരത്താൻ അവർക്കായില്ല. ഇന്ദ്രിയ ഗ്രാഹ്യത്തിനും സാമാന്യാനുഭവത്തിനും പകരമായി നിറമില്ലാത്തതും ഭാവമാത്രമായതുമായ ആർക്കിമിഡീയൻ ലോകത്തെ ഗലീലിയോ സ്വാഗതം ചെയ്തു.

ആർക്കിമിഡീസിന്റെ ഭൗതികം ചലനമില്ലാത്തതിന്റെ ജ്യാമിതിയായിരുന്നുവെങ്കിൽ ഗലീലിയൻ ഭൗതികം ചലനത്തിന്റെ ജ്യാമിതിയാണെന്ന് പറയാറുണ്ട്. ചലനം സംഖ്യക്ക് വിധേയമാണെന്നകാര്യം, ഗലീലിയോയുടെ കാലംവരെ പ്ലേറ്റോണിസ്റ്റുകളാരും; എന്തിന് ആർക്കിമിഡീസ് പോലും മനസിലാക്കിയിരുന്നില്ല. ഇത് കണ്ടിപിടിച്ചു എന്നതിനാലാണ് ഗലീലിയോയെ, 'പ്രകൃതിയുടെ അത്ഭുതപരിശോധകൻ' (Marvellous Assayer of Nature) എന്ന് അദ്ദേഹത്തിന്റെ ശിഷ്യനും സുഹൃത്തുമായ 'കാവല്യേരി' വിശേഷിപ്പിച്ചത്.

ഗലീലിയോ തത്വജ്ഞാനം പഠിക്കുന്ന കാലത്ത്, അക്കാലത്തെ പല തത്വജ്ഞാനികളെയുംപോലെ അദ്ദേഹവും ഗണിതമുപയോഗപ്പെടുത്തിക്കൊണ്ടുള്ള വിശകലനരീതി രൂപപ്പെടുത്തിയതായി കാണാം. കൂടാതെ, വിദ്യാർഥിയായിരിക്കുന്ന കാലത്തു തന്നെ തന്റേതായ നിരീ

ക്ഷണ പരീക്ഷണങ്ങളിലൂടെ, പരമ്പരാഗതവിശ്വാസങ്ങളെ മാറ്റിമറിക്കത്തക്കരീതിയിലുള്ള പല കണ്ടുപിടുത്തങ്ങൾ നടത്താനും ഗലീലിയോയ്ക്കു കഴിഞ്ഞിരുന്നു. ദൈവവിശ്വാസിയായ ഗലീലിയോ കത്തോലിക്കാസഭയുടെ വിശ്വസ്തനായി തുടരാൻ പരിശ്രമിച്ചിരുന്നുവെങ്കിലും, പരീക്ഷണനിരീക്ഷണങ്ങളിലുള്ള ഉറച്ചവിശ്വാസവും അവയുടെ സത്യസന്ധമായ വിശകലനവും കാരണം താത്വികവും മതപരവുമായ അധികാരികളോടുള്ള അന്ധമായ വിധേയത്വം ശാസ്ത്രകാര്യങ്ങളിൽ വച്ചുപുലർത്താൻ അദ്ദേഹത്തിനു കഴിഞ്ഞില്ല. ശാസ്ത്രത്തെ മതത്തിന്റേയും തത്വചിന്തയുടേയും വേലിക്കെട്ടിൽനിന്നും മോചിപ്പിച്ചുകൊണ്ട്, മനുഷ്യചിന്തയിൽ വമ്പിച്ച കുതിപ്പിന് ഇടയാക്കുകയായിരുന്നു ഗലീലിയോ.

തന്റെ ധാരണകളെല്ലാം ശരിയാണെന്ന് ഗലീലിയോ ഒരിക്കലും വിശ്വസിച്ചിരുന്നില്ല. തന്റെ നിരീക്ഷണങ്ങൾക്കനുസരണമായി ധാരണകളിൽ മാറ്റം വരുത്താൻ തയാറുമായിരുന്നു. അതോടൊപ്പം, തന്റെ പരീക്ഷണങ്ങൾക്കായി സ്ഥല(സ്ഥാന)ത്തിന്റേയും കാല(സമയ)ത്തിന്റേയും താരതമ്യത്തിനായി ചില പ്രമാണങ്ങൾ ഉണ്ടാക്കിയെടുത്തിരുന്നു. അതുകൊണ്ട് വിവിധസ്ഥലങ്ങളിലും വിവിധ സമയങ്ങളിലും നടത്തിയ നിരീക്ഷണഫലങ്ങളെ(അളവുകളെ) പുനർനിർമിക്കത്തക്കവിധത്തിൽ താരതമ്യപഠനം സാധ്യമാക്കുകയുണ്ടായി. അതേപോലെ, ഗണിതം (Mathematics), സൈദ്ധാന്തികഭൗതികം (Theoretical physics), പരീക്ഷണഭൗതികം (Experimental Physics) എന്നിവ തമ്മിലുള്ള ബന്ധം ഗലീലിയോ സ്ഥാപിച്ചെടുത്തു. കോണികം (Conic Sections) എന്ന രൂപത്തിലും ഭുജ (abscissa-Xaxis) ത്തിന്റെ വർഗത്തിന് അനുസരണമായി മാറുന്ന കോടി (Ordinate -Yaxis)എന്ന രൂപത്തിലും പരാബോള (Parabola)യെ അദ്ദേഹം മനസിലാക്കി. ഘർഷണമോ (Friction) മറ്റു ശല്യങ്ങളോ ഇല്ലാത്ത അവസ്ഥയിൽ ഏകസമാനത്വരണ (Uniformly accelerated) ത്തിന് വിധേയമാക്കപ്പെടുന്ന പ്രക്ഷേപ (Projectiles)ത്തിന്റെ സഞ്ചാരപഥം (Trajectory) സൈദ്ധാന്തികമായി 'പരാബോള' ആയിരിക്കുമെന്ന് അദ്ദേഹം തറപ്പിച്ചു പറഞ്ഞു. അതോടൊപ്പംതന്നെ ഈ തത്വത്തിന്റെ പരിമിതിയും സൈദ്ധാന്തികമായിത്തന്നെ അദ്ദേഹം ചൂണ്ടിക്കാണിക്കുകയുണ്ടായി. അതായത്, ഭൂമിയുടെ വലിപ്പത്തിനോടടുത്ത പ്രക്ഷേപപഥങ്ങൾ പരാബോള ആയിക്കൊള്ളണമെന്നില്ല. എന്നാൽ തോക്കിൽനിന്നും പീരങ്കിയിൽനിന്നും മറ്റും പായുന്ന വെടിയുണ്ടകൾ പരാബോളാപഥത്തിൽ നിന്നും വലിയ വ്യത്യാസം വരാത്തരീതിയിൽ തന്നെ സഞ്ചരിച്ചേ മതിയാകൂ. പരീക്ഷണനിരീക്ഷണങ്ങളിലുണ്ടാകുന്ന പരിമിതികളും ഘർഷണം തുടങ്ങിയ യാഥാർഥ്യങ്ങളും കാരണം പരീക്ഷണഫലങ്ങൾ ഗണിതകമോ സൈദ്ധാന്തികമോ ആയതിനോട് കൃത്യമായും പൂർണമായും യോജിക്കുകയില്ലായെന്നും ഗലീലിയോ എടുത്തുപറയുകയുണ്ടായി.

പരീക്ഷണഭൗതികത്തിൽ (Experimental Physics) ഗലീലിയോ കൊണ്ടുവന്ന ഗണിതത്തിന്റെ പ്രയോഗം പുതുമയുള്ളതായിരുന്നുവെന്നു

മാത്രമല്ല അദ്ദേഹത്തിന്റെ ഗണിതസമ്പ്രദായം ആ കാലഘട്ടത്തെ സംബന്ധിച്ചിടത്തോളം ഉന്നതനിലവാരം പുലർത്തുന്നതുമായിരുന്നു. അക്കാലത്തെ നവീനമായ പല ഗണിതശാസ്ത്രതത്വങ്ങളും ഗലീലിയോ പ്രയോജനപ്പെടുത്തിയിരുന്നു. അദ്ദേഹത്തിന്റെ വിശകലനങ്ങളിലേറെയും *യൂക്ലിഡിന്റെ തത്വങ്ങൾ* (Euclid's elements) അഞ്ചാം പുസ്തകം മുന്നോട്ടുവയ്ക്കുന്ന അനുപാതം സംബന്ധിച്ച യൂഡോക്സിയൻ സിദ്ധാന്തത്തെ (Eudoxian theory of proportion) അടിസ്ഥാനപ്പെടുത്തിയായിരുന്നു. ഗലീലിയോയുടെ അവസാനകാലത്ത് ഈ സിദ്ധാന്തത്തെ പിന്തള്ളിക്കൊണ്ട് 'ദെക്കാർത്തേ' (Descartes) ആൾജിബ്രാ രീതികൾ കൊണ്ടുവരുകയുണ്ടായി.

'ഗലീലിയോയുടെ വിരോധാഭാസം' (Galileo's Paradox) എന്നത് ഗണിതത്തിന് ഗലീലിയോ നൽകിയ തനതും പ്രവാചകതുല്യവും ആയ സംഭാവനയായിരുന്നു. അതനുസരിച്ച്, 'വളരെയധികം സംഖ്യകൾ പൂർണവർഗങ്ങളല്ലായെങ്കിലും, പൂർണസംഖ്യകളെത്രയുണ്ടോ അത്രയും പൂർണവർഗങ്ങളുമുണ്ടാകും.' ഇത്തരം വൈരുധ്യങ്ങളുടെ വിശകലനം നടത്താൻ ഗണിതശാസ്ത്രലോകത്തിന് ദീർഘനാൾ കാത്തിരിക്കേണ്ടിവന്നു. 250 വർഷങ്ങൾക്കുശേഷം ജോർജ്കാന്റർ (George Canter) ആണ് അത് പഠിച്ച് വിശദീകരിച്ചത്.

4

സിദ്ധാന്തവും പ്രയോഗവും സംയോജിക്കുന്നു

ഗണിതത്തിലുള്ള പ്രാഗത്ഭ്യവും പരീക്ഷണനിരീക്ഷണങ്ങളിലുള്ള പടുത്വവും അവയെ പരസ്പരബന്ധിതമാക്കുന്നതിന് ഗലീലിയോയ്ക്ക് അനായാസം കഴിഞ്ഞു. അതിലൂടെ ഉരുത്തിരിഞ്ഞ ശാസ്ത്രനേട്ടങ്ങൾ നിരവധിയാണ്.

സംഗീതം

ഗലീലിയോയുടെ അച്ഛൻ, വിൻസെൻസോ ഗലീലി, സംഗീതത്തിൽ കമ്പക്കാരനായിരുന്നുവെന്ന് മുൻ അധ്യായത്തിൽ സൂചിപ്പിച്ചിരുന്നല്ലോ. സംഗീതത്തിൽ സിദ്ധാന്തവും പ്രയോഗവും തമ്മിൽ സംയോജിപ്പിക്കാൻ അദ്ദേഹത്തിന് കഴിഞ്ഞിരുന്നു. പുരാതനകാലം മുതൽ തന്നെ സംഗീതത്തിൽ ഗണിതപരമായ സമീപനം വ്യക്തമായിരുന്നു. സംഗീതോപകരണനിർമാതാക്കൾക്കു സുപരിചിതമായ പൈതഗോറിയൻ പാരമ്പര്യത്തിന്റെ ചട്ടക്കൂട്ടിനുള്ളിൽ നിൽക്കുന്നതായിരുന്നു അവയൊക്കെ. വലിച്ചു കെട്ടിയ കമ്പിയുടെ നീളത്തിന്റെ അനുപാതവും സ്വരച്ചേർച്ചയും തമ്മിലുള്ള ബന്ധം വെളിവാക്കപ്പെട്ടിരുന്നു; എങ്ങനെയാണ് അഷ്ടക(Octave)ത്തെ വിഭജിക്കുന്നതെന്നും ഒരു അഷ്ടകത്തിന് വേണ്ടിവരുന്ന കമ്പിയുടെ നീളത്തിന്റെ അനുപാതം 2:1 എന്നതുപോലെതന്നെ ആയിരിക്കും ചരടിൽ പ്രയോഗിക്കപ്പെടുന്ന ബല (Tension-വലിവ്)ത്തിന്റെ അനുപാതം എന്നും കരുതിയിരുന്നു. ചരടിന്റെ വലിവിനെ സംബന്ധിച്ച് ഇത് ശരിയല്ലായെന്ന് വിൻസെൻസോ ഗലീലി പരീക്ഷണംനടത്തി കാണിച്ചുകൊടുത്തുവെന്നു മാത്രമല്ല, അത് 4:1 ആണെന്ന് തെളിയിക്കുകയും ചെയ്തു. കമ്പികളുടെ അറ്റത്ത് വിവിധഭാരങ്ങൾ തൂക്കിയിട്ടാണ് ഇത് തെളിയിച്ചത്. അങ്ങനെ,

അരേഖീയബന്ധമുള്ള (non linear relations) വലിച്ചുകെട്ടിയ ചരടിന്റെ വലിവി (Tension)ന്റെ വർഗമൂല (Square root) ത്തിന് അനുപാതമായിരിക്കും സ്ഥായി (Pitch) യെന്നത്, പരീക്ഷണങ്ങളിലൂടെ തെളിയിക്കാൻ ഗലീലിയോയുടെ അച്ഛന് കഴിഞ്ഞിരുന്നു. തന്റെ പിതാവ് എങ്ങനെയാണ് ലളിതമായ ഗണിതവും ദീർഘകാലമായി നിലനിൽക്കുന്ന സംഗീതത്തിലെ ഭൗതികശാസ്ത്രവും തമ്മിൽ ബന്ധപ്പെടുത്തിയതെന്ന് മനസിലാക്കാൻ ചെറുപ്പത്തിൽ തന്നെ ഗലീലിയോയ്ക്കു കഴിഞ്ഞിരുന്നു. തന്റെ പഠനകാലത്ത് സംഗീതഉപകരണങ്ങൾ നിർമിച്ച് വിൽപ്പന നടത്തിയിരുന്ന ഗലീലിയോയ്ക്കു തന്റെ ശാസ്ത്രീയ വീക്ഷണം വളർത്തിയെടുക്കാൻ ഈ രംഗത്തെ അവഗാഹം സഹായകമായി. സംഗീതം പ്രത്യേകമായി പഠിപ്പിച്ചിരുന്ന ഗലീലിയോ, ഈ പരീക്ഷണങ്ങൾ നടക്കുന്ന 1588 ൽ തന്റെ അച്ഛനോടൊപ്പം താമസിച്ചുകൊണ്ട് സംഗീതത്തിലും ഗണിതത്തിലും സ്വകാര്യ ക്ലാസുകൾ എടുത്തിരുന്നു. ശബ്ദത്തിന്റെ ആവൃത്തി (Frequency) യെ സംബന്ധിച്ച് ആദ്യമായി മനസിലാക്കിയവരിൽ ഒരാളായിരുന്നു ഗലീലിയോ. പല ഇടവേളകൾ ഇട്ടുകൊണ്ട് ഉളികൊണ്ട് ഉരസി ശബ്ദത്തിന്റെ ആവൃത്തി അളക്കാൻ അദ്ദേഹം ശ്രമിക്കുകയുണ്ടായി. പല വേഗതകളിൽ ഉളി ഉരസിക്കൊണ്ട്, ഉളി ഉരസുന്നതിന്റെ ഇടവേളകൾ കാരണം ഉണ്ടാകുന്ന ശബ്ദത്തെ അതിന്റെ സ്ഥായി (Pitch) യുമായി ബന്ധപ്പെടുത്തി ആ ശബ്ദത്തിന്റെ ആവൃത്തി നിർണയിക്കാൻ ഗലീലിയോയ്ക്കു കഴിഞ്ഞു. ഗലീലിയോ നല്ലൊരു ലൂട്ട് (Lute—ഒരിനം വീണ) വായനക്കാരനായിരുന്നു. ജീവിതത്തിന്റെ അവസാനകാലത്ത് അന്ധനും അവശനുമായിരുന്ന ഗലീലിയോ ലൂട്ട് വായനയിലൂടെ ആശ്വാസം കണ്ടെത്തുകയും ചെയ്തിരുന്നു.

ഗലീലിയോയും ലൂട്ടും

പ്ലവനനിയമം

ഗലീലിയോ ആർക്കിമിഡീസിന്റെ ആരാധനകനായിരുന്നുവെന്ന് നേരത്തേ സൂചിപ്പിച്ചിട്ടുണ്ടല്ലോ. ആർക്കിമിഡീസിന്റെ പല രീതികളും ഗലീലിയോ സ്വീകരിക്കുകയുണ്ടായി. നവോത്ഥാനകാലഘട്ടത്തിലെ

യൂറോപ്പിൽ പൊതുവെ പ്രിയങ്കരമായിരുന്ന 'വിട്രവിയസി'ന്റെ *ആർക്കെടെക്ചറിൽ പത്തുപുസ്തകങ്ങൾ* എന്ന ഗ്രന്ഥത്തിൽനിന്നുമായിരുന്നു ഗലീലിയോ ആർക്കിമിഡീസിന്റെ രീതികൾ കൂടുതൽ പരിചയപ്പെട്ടത്. ആർക്കിമിഡീസ് തത്വം രൂപപ്പെട്ടതിന്റെ പിന്നിലെ സംഭവം വളരെ പ്രസിദ്ധമാണല്ലോ. സിറാക്യൂസിലെ ഭരണാധികാരിയായിരുന്ന ഹൈയിറോൺ രാജാവ് യുദ്ധത്തിൽ ജയിച്ചതിന്റെ സന്തോഷത്തിൽ ദൈവത്തിന് സ്വർണ കിരീടം അർപ്പിക്കാൻ തീരുമാനിച്ചു. കിരീടം പണിയാനായി നിശ്ചിത അളവിൽ ശുദ്ധമായ സ്വർണം സ്വർണപ്പണിക്കാരനെ ഏൽപ്പിച്ചു. ഉണ്ടാക്കിക്കൊണ്ടുവന്ന കിരീടത്തിൽ മായം (മറ്റേതെങ്കിലും ലോഹം) ചേർന്നിട്ടുണ്ടോ എന്ന് രാജാവിന് സംശയമായി. കിരീടത്തിന്റെ ഭംഗിയിൽ ആകൃഷ്ടനായ രാജാവ് കിരീടത്തിൽ ഒരു പോറൽപോലും ഏൽക്കാതെ അതിൽ മായം ചേർത്തിട്ടുണ്ടോയെന്ന് കണ്ടുപിടിക്കാൻ ആർക്കിമിഡീസിനോട് ആവശ്യപ്പെട്ടു. ഇക്കാര്യം മനസിൽ കൊണ്ടുനടന്ന ആർക്കിമിഡീസ്, കുളിക്കാൻ വേണ്ടി ടബ്ബിൽ (കുളിത്തൊട്ടി—കിടന്നു കുളിക്കുന്നതൊട്ടി) കയറിക്കിടന്ന സമയത്ത് വെള്ളം ഉയരുന്നതുകണ്ടപ്പോൾ പ്രശ്നപരിഹാരം എളുപ്പമാണെന്ന് മനസിലാക്കി. സന്തോഷത്താൽ മതിമറന്ന ആർക്കിമിഡീസ് താൻ നഗ്നനാണെന്നുപോലും ഓർക്കാതെ 'യുറേക്കാ' (Eureka- ഞാൻ കണ്ടുപിടിച്ചു) എന്ന് ഉറക്കെ വിളിച്ചുപറഞ്ഞുകൊണ്ട് തെരുവിലൂടെ ഓടിയത്രെ! കിരീടത്തിന്റെ ശുദ്ധത അറിയാനായി, വെള്ളം നിറച്ച പാത്രത്തിൽ കിരീടത്തെ താഴ്ത്തിയപ്പോൾ എത്ര വെള്ളം ആദേശം ചെയ്തുവെന്നും കിരീടത്തിന് തുല്യഭാരമുള്ള ശുദ്ധസ്വർണം താഴ്ത്തിയപ്പോൾ എത്രവെള്ളം ആദേശം ചെയ്തുവെന്നും അളന്നുനോക്കി. കിരീടം കൂടുതൽ ജലം ആദേശം ചെയ്തതിനാൽ കിരീടത്തിൽ മായം ചേർത്തിട്ടുണ്ടെന്ന് ബോധ്യപ്പെട്ടു. ഇവിടെ കിരീടത്തിന്റെ ആപേക്ഷിക ഘനത്വം (Specific Gravity) ശുദ്ധസ്വർണത്തിന്റെ ആപേക്ഷിക ഘനത്വത്തേക്കാൾ കുറവാണെന്ന് കണ്ടു. (സ്വർണത്തിന് അതേ വ്യാപ്തത്തിലുള്ള വെള്ളത്തിനേക്കാൾ 19.3 മടങ്ങ് ഭാരക്കൂടുതലുണ്ട്.) ഇതോടനുബന്ധിച്ചാണ് ആർക്കിമിഡീസ് തത്വവും പ്ലവനനിയമവും ആർക്കിമിഡീസ് രൂപപ്പെടുത്തിയത്. ഒരു വസ്തുവിന്റെ സാന്ദ്രത (Density)യാണ് ആ വസ്തു വെള്ളത്തിൽ മുങ്ങുമോ പൊന്തുമോ എന്ന് നിർണയിക്കുന്നതെന്ന് ആർക്കിമിഡീസ് തെളിയിക്കുകയുണ്ടായി. ആർക്കിമിഡീസിൽനിന്നും പ്രചോദനം ഉൾക്കൊണ്ടുകൊണ്ട്, വളരെ ലളിതമായ ഒരു പരീക്ഷണത്തിലൂടെ 'ഉത്പ്ലവകത' (Buoyancy) എന്ന ആശയം ഗലീലിയോ കൊണ്ടുവന്നു. വസ്തു മുങ്ങുമോ പൊന്തുമോ എന്നത് ആ വസ്തുവിനെ ഇട്ടിരിക്കുന്ന ദ്രാവകവുമായി വസ്തുവിന്റെ ആപേക്ഷിക ഘനത്വം (relative density) എത്രയാണെന്നതിനെ അടിസ്ഥാനപ്പെടുത്തിയായിരിക്കും. വസ്തു ആദേശം ചെയ്യുന്ന ജലത്തിന്റെ ഭാരം വസ്തുവിന്റെ ഭാരത്തേക്കാൾ കൂടുതലാണെങ്കിൽ ആ വസ്തു വെള്ളത്തിൽ പൊങ്ങിക്കിടക്കുമെന്ന് ഗലീലിയോ തെളിയിച്ചു.

ചെറിയത്രാസ്

ഗലീലിയോയുടെ കാലഘട്ടത്തിൽ രത്നവ്യാപാരികൾ തങ്ങളുടെ വിലപിടിപ്പുള്ള ലോഹങ്ങളുടെ അളവ് അറിയുന്നത് വായുവിലും വെള്ളത്തിലും തൂക്കിനോക്കിയിട്ടായിരുന്നു. ഇത് കൂടുതൽ കൃത്യമാക്കാൻ എന്താണ് മാർഗമെന്ന് ഗലീലിയോ ആലോചിക്കുകയുണ്ടായി. ഒരു ശരിയായ ത്രാസ് ഉപയോഗിച്ചുകൊണ്ട് വസ്തുവിന്റെ ഭാരം വായുവിലും ജലത്തിലും എങ്ങനെ നിർണയിക്കാമെന്ന് വിശദീകരിച്ചുകൊണ്ട് 1586 ൽ *ചെറിയ ത്രാസ്* (*ലാ ബില്ലൻസിറ്റാ-Little Balance*) എഴുതി പ്രസിദ്ധീകരിച്ചു. ഇത് ഗലീലിയോയുടെ ആദ്യകൃതിയായി കരുതപ്പെടുന്നു. ത്രാസിന്റെ ഒരു ഭുജത്തിൽ തൂക്കിയിടുന്ന പടികൾ ലോഹകമ്പികൾകൊണ്ട് ചുറ്റിയിട്ട്, തുലനം ചെയ്യാൻ എത്ര ചുരുളുകൾ ഉപയോഗിക്കണമെന്ന് നോക്കി, കൃത്യമായി നേരിട്ടുതന്നെ അളക്കാൻ കഴിയുമെന്നതാണ് ഈ ദ്രവസ്ഥിതികത്രാസി(Hydrostatic Balance)ന്റെ പ്രത്യേകത. ത്രാസിന്റെ കണ്ടുപിടുത്തവും ഖരവസ്തുക്കളുടെ ഗുരുത്വാകർഷണകേന്ദ്ര (Centre of Gravity)ത്തെ സംബന്ധിച്ച നിരീക്ഷണങ്ങളും പണ്ഡിതന്മാരുടെ ഇടയിൽ ഗലീലിയോയെ ചെറുപ്രായത്തിൽ തന്നെ പ്രസിദ്ധനാക്കി.

പമ്പ്

വെള്ളം ഉയരത്തിലേക്ക് കൊണ്ടുപോകാനായി ആർക്കിമിഡീസ് രൂപകൽപ്പന ചെയ്ത് നിർമിച്ച ജലസ്ക്രൂ (Water Screw) ഗലീലിയോയുടെ ശ്രദ്ധയിൽ വന്നിരുന്നു. ഒരു സിലിണ്ടർ രൂപത്തിലുള്ള പാത്രത്തിൽ ബ്ലേഡുകൾ സ്ക്രൂവിന്റെ രീതിയിൽ ഉറപ്പിച്ചാണ് ആർക്കിമിഡീസ് ജലസ്ക്രൂ നിർമിച്ചത്. സ്ക്രൂ കറക്കുമ്പോൾ വെള്ളം കറങ്ങുന്ന സ്ക്രൂവിലൂടെ മുകളിൽ എത്തും.

ജലസ്ക്രൂ

ഒരു കുതിരയെ ഉപയോഗിച്ച് (പമ്പിനു ചുറ്റും വട്ടത്തിൽ ഓടിച്ച്) വെള്ളം ഉയർത്തുന്ന സംവിധാനം 1593 ൽ ഗലീലിയോ ഉണ്ടാക്കി. ഒരേ സമയം പ്രസ്തുത പമ്പ് ഉപയോഗിച്ച് 20 ബക്കറ്റ് ജലം ഉയർത്താൻ കഴിയുമായിരുന്നു. ഇത്തരം പമ്പിനുള്ള പേറ്റന്റ് വെനീഷ്യൻ സെനറ്റിൽ നിന്നും 1594 ൽ ഗലീലിയോയ്ക്ക് കിട്ടി. ഈ പമ്പിന്റെ മാതൃകപോലും പിന്നീട് ലഭിക്കാതായി. ഇപ്പോൾ ഗലീലിയോയുടേതായി പറയപ്പെടുന്ന

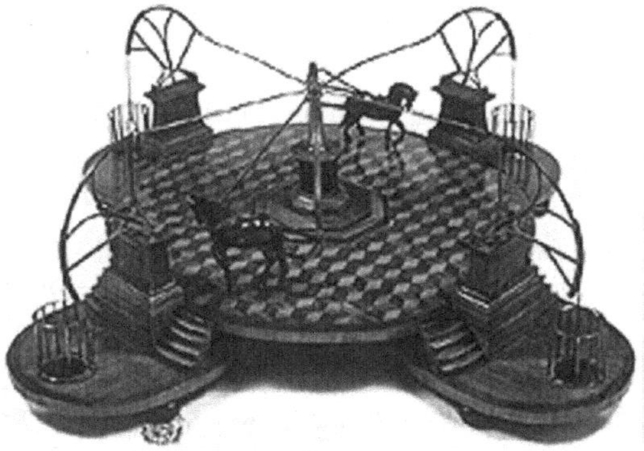

പമ്പ്

പമ്പിന്റെ മാതൃക ഫ്ളോറൻസിലെ ശാസ്ത്രത്തിന്റെ ചരിത്ര മ്യൂസിയത്തിൽ പ്രദർശിപ്പിച്ചിട്ടുണ്ട്. പക്ഷേ, അതിൽ രണ്ടുകുതിരകളും നാലു പമ്പുകളും കാണാം. ഈ മാതൃക, ഗലീലിയോ മരിച്ച് ഒരു നൂറ്റാണ്ടിനുശേഷം ഉണ്ടാക്കിയതാവാമെന്ന് കരുതുന്നു.

പൊന്തിക്കിടക്കുന്ന വസ്തുക്കൾ

ഇക്കാലത്തൊന്നും പൊന്തിക്കിടക്കുന്ന വസ്തുക്കളെ (Floating bodies) സംബന്ധിച്ച തർക്കം തീർന്നിരുന്നില്ല. 1611 ആഗസ്റ്റിൽ പിസാ യൂണിവേഴ്സിറ്റിയിലെ ഒരു പ്രൊഫസർ ഇതുമായി ബന്ധപ്പെട്ട ഒരു വിവാദം ഉയർത്തിവിട്ടു. ഐസ് എന്നത് വെള്ളം സാന്ദ്രീകരിച്ച് ഉണ്ടാകുന്നതിനാൽ ഐസിന് വെള്ളത്തിനെ അപേക്ഷിച്ച് ഭാരം കൂടുമെന്നും, അതിനാൽ അത് വെള്ളത്തിൽ താഴ്ന്നുപോകേണ്ടതാണെന്നും താഴ്ന്നുപോകാതിരിക്കുന്നതിനു കാരണം ഐസ് പരന്നു കനം കുറഞ്ഞതുകൊണ്ടാണെന്നുമായിരുന്നു വാദം. ഇതൊരു താത്വികപ്രശ്നമെന്നതിലുപരി, വെള്ളത്തിൽ പൊന്തിക്കിടക്കുന്ന തടിയിലും മറ്റും എത്രത്തോളം ഭാരം കയറ്റാൻ പറ്റുമെന്ന പ്രായോഗികപ്രശ്നവും ഇതോടൊപ്പം പ്രസക്തമായി വന്നു. ഈ വിഷയം ഗലീലിയോയുടെ അടുത്തെത്തി. വെള്ളം ഐസ് ആകുമ്പോൾ സാന്ദ്രത കൂടുകയല്ല, കുറയുകയാണ് ചെയ്യുന്നതെന്നും അതുകൊണ്ട് ഐസിന് വെള്ളത്തേക്കാൾ ഭാരം കൂടുകയല്ല കുറയുകയാണ് ചെയ്യുന്നതെന്നും ഗലീലിയോ അഭിപ്രായപ്പെട്ടു. പൊന്തിക്കിടക്കുമോ താഴ്ന്നുപോകുമോ എന്നത് വസ്തുവിന്റെ ഭൗതികഗുണത്തെ അടിസ്ഥാനപ്പെടുത്തിയാണ് നിർണയിക്കേണ്ടതെന്നും, അല്ലാതെ അതിന്റെ ആകൃതിയെ അടിസ്ഥാനപ്പെടുത്തിയല്ലായെന്നും ഗലീലിയോ വ്യക്തമാക്കി. ഗലീലിയോ പറഞ്ഞു: "സാന്ദ്രീകരണംമൂലം ഭാരം കൂടുമെന്നതും മറിച്ചാണെങ്കിൽ ഭാരം കുറയുമെന്നതും ശരിയാണെങ്കിൽ വെള്ളത്തിനേക്കാൾ ഭാരം കുറവായതിനാൽ ഐസിന്റെ സാന്ദ്രത കുറവാണെന്നും നാം വിശ്വസിക്കേണ്ടതുണ്ട്." ഇത് ഒരു വലിയ വിവാദമായി വളർന്നു.

ഗലീലിയോട് വിദ്വേഷവുമായി നടന്ന 'ലുദോവികോ ഡെല്ലേ കൊളംബേ'(Ludovico delle Colombe) ഗലീലിയോയെ താഴ്ത്തിക്കെട്ടാൻ കിട്ടിയ ഒരു അവസരമായി ഇതിനെ കണ്ടു. വെള്ളത്തിൽ വസ്തുക്കൾ പൊന്തിക്കിടക്കുന്നതിന്റെ അടിസ്ഥാനകാരണം അതിന്റെ ആകൃതിയാണെന്ന അരിസ്റ്റോട്ടിലിന്റെ സിദ്ധാന്തം ശരിയാണെന്ന് പരസ്യമായി തെളിയിക്കാമെന്ന് കൊളംബേ പ്രഖ്യാപിച്ചു. ഇത് വെല്ലുവിളിയായി ഗലീലിയോ ഏറ്റെടുത്തു. ഇക്കാര്യത്തിൽ അരിസ്റ്റോട്ടിലിന്റെ നിലപാട് തെറ്റാണെന്നും ആർക്കിമിഡീസിന്റെ നിലപാടാണ് ശരിയെന്നും ഗലീലിയോ പ്രസ്താവിച്ചു. ഗോളാകൃതിയിലുള്ള ഒരു വസ്തു വെള്ളത്തിന്റെ അടിത്തട്ടിലേക്ക് മുങ്ങുന്നുണ്ടെങ്കിൽ ആ വസ്തുവിന്റെ ആകൃതി എന്തായാലും വെള്ളത്തിൽ മുങ്ങുമെന്ന്, പരീക്ഷണം നടത്തി തെളിയിക്കാമെന്ന് ഗലീലിയോയുടെ പ്രഖ്യാപനം വന്നു. 1611 ഒക്ടോബർ 2ന് മഫിയോ ബാർബെറിനി (വർഷങ്ങൾക്കുശേഷം അദ്ദേഹം പോപ്പ് ആവുകയും പോപ്പ് ഉർബാൻ എട്ടാമൻ എന്നറിയപ്പെടുകയും ചെയ്തു) ഉൾപ്പെടെ രണ്ടു കർദിനാളന്മാരുടേയും അവിടത്തെ പ്രഭുവിന്റേയും പ്രഭ്വിയുടേയും മറ്റും സാന്നിധ്യത്തിൽ തന്റെ വാദം ശരിയാണെന്ന് ഗലീലിയോ പരീക്ഷണം നടത്തി ബോധ്യപ്പെടുത്തി. ഒരു പേപ്പറിന്റെ കനത്തേക്കാളും കുറഞ്ഞ കനത്തിലാണെങ്കിലും കരിമരം(ebony) വെള്ളത്തിലിട്ടാൽ അത് അടിത്തട്ടിലേക്ക് മുങ്ങുമെന്ന് കാണിച്ചുകൊടുത്തു. വലിയൊരു ഐസ് കട്ട വെള്ളത്തിനടിയിൽ താഴ്ത്തിവച്ചിട്ട് സ്വതന്ത്രമായി വിട്ടപ്പോൾ അത് വെള്ളത്തിന്റെ മുകളിലേക്ക് പൊങ്ങിവന്നു. ഇത് കണ്ട ആൾക്കാർ അത്ഭുതപരതന്ത്രരായി. അന്തംവിട്ടുനിന്ന കൊളംബേയുടെ മുന്നിൽ വച്ച് കർദിനാളന്മാർ ഉൾപ്പെടെയുള്ള ദൃക്സാക്ഷികൾ ഗലീലിയോയെ വാനോളം പുകഴ്ത്തി. 1612 മേയ് മാസത്തിൽ *പൊന്തിക്കിടക്കുന്ന വസ്തുക്കളെ സംബന്ധിച്ച പ്രബന്ധം' (Discourse on floating bodies)* അദ്ദേഹം പ്രസിദ്ധീകരിച്ചു. ഈ പുസ്തകത്തിന്റെ കോപ്പികൾ കർദിനാളന്മാരായ റോബർട്ട് ബെല്ലാർമിനും മഫിയോ ബാർബെറിനിക്കും ലഭിച്ചപ്പോൾ അവർ സന്തുഷ്ടരാവുകയും ഗലീലിയോയെ പ്രകീർത്തിച്ചുകൊണ്ട് പ്രതികരിക്കുകയും ചെയ്തു.

5

ശ്രദ്ധേയമായ കണ്ടുപിടിത്തങ്ങൾ

ആയിരത്തിഅഞ്ഞൂറ്റി തൊണ്ണൂറ്റിരണ്ടിൽ പാദുവ സർവകലാശാലയിൽ ഗണിതശാസ്ത്ര പ്രൊഫസറായി ചേർന്നതുമുതൽ വെനീസിലെ കപ്പലുകൾ നങ്കൂരമിടുകയും ഭാരം കയറ്റുകയും ചെയ്യുന്ന 'ആഴ്സെനാൾ' എന്ന സ്ഥലം ഗലീലിയോ ഇടയ്ക്കിടയ്ക്ക് സന്ദർശിക്കാറുണ്ടായിരുന്നു. അവിടത്തെ യന്ത്രസംവിധാനങ്ങൾ ഗലീലിയോയിൽ അതീവ താൽപ്പര്യം ഉളവാക്കിയിരുന്നു. അക്കാലത്ത് കപ്പലിൽ തുഴ എവിടെ, എങ്ങനെ വയ്ക്കണമെന്നത് ഒരു പ്രശ്നമായിരുന്നു. 1593 ൽ ഗലീലിയോയുടെ മുന്നിൽ വിഷയം എത്തി. തുഴയെ ഉത്തോലക (lever) വും വെള്ളത്തെ ആധാര (fulcrum)വും ആയി പരിഗണിച്ച് ഒരു ലഘുയന്ത്രം എന്ന രൂപത്തിൽ പ്രശ്നപരിഹാരം ഉണ്ടാക്കി ഗലീലിയോ ശ്രദ്ധേയനായി. ആഴ്സെനാളിലെ കപ്പൽ നിർമാണത്തിന്റേയും സെക്ടറിന്റേയും കാര്യങ്ങൾ ഗലീലിയോയെ ഏറെ ആകർഷിച്ചിരുന്നു.

സെക്ടർ

1595മുതൽ 1598വരെയുള്ള കാലഘട്ടത്തിൽ, തോക്ക് ഉപയോഗിക്കുന്ന പട്ടാളത്തിനും മറ്റുള്ളവർക്കും, ഭൂസർവേയർമാർക്കും മറ്റും അനുയോജ്യമായ ഒരു 'ജ്യാമിതീയമായ മിലിട്ടറി കാമ്പസ്' (Geometrical and Military Campus) അഥവാ 'സെക്ടർ' (Sector) രൂപകൽപ്പന ചെയ്യാനും ഉണ്ടാക്കാനും മെച്ചപ്പെടുത്താനുമുള്ള പ്രവർത്തനങ്ങളിൽ ഗലീലിയോ ഏർപ്പെട്ടു. ഗണിതഉപകരണങ്ങളായ കാമ്പസിന്റേയും വൃത്തത്തിലുള്ള സ്കെയിലിന്റേയും സംയോജനത്തിലൂടെയാണ് ആനുപാതിക കാമ്പസ് രൂപകൽപ്പന ചെയ്തത്. ഇതിന്റെ കാലുകളിൽ പലതരത്തിലുള്ള സ്കെയിലുകൾ വരയ്ക്കാമെന്നതിലാൽ ഇവ പല വിധത്തിൽ ഉപയോഗിക്ക

ത്തക്കരീതിയിലായിരുന്നു. ഉദാഹരണത്തിന്, പീരങ്കികളുടെ (തോക്കിന്റെ) മട്ടം (level) ഭൂതലത്തിൽനിന്നും എത്ര കോണിൽ ഉയർന്നിരിക്കണമെന്ന് നിശ്ചയിച്ച് ഉറപ്പിക്കാനും വ്യത്യസ്തവലിപ്പത്തിലും വിവിധ വസ്തുക്കളാലും ഉണ്ടാക്കിയിട്ടുള്ള പീരങ്കി ഉണ്ടകൾ എത്രദൂരത്തേക്ക് പായുമെന്ന് വേഗത്തിൽ കണക്കുകൂട്ടാനും പ്രയോജനപ്പെട്ടു. 'സെക്ടർ' ഒരു ജ്യാമിതീയ ഉപകരണമായതിനാൽ ഏതൊരു ക്രമ ബഹുഭുജ (Regular Polygon)ത്തിന്റെ നിർമാണത്തിനായാലും ബഹുഭുജത്തിന്റേയോ വൃത്തഖണ്ഡ(Circular Sector)ത്തിന്റേയോ വിസ്തീർണം കണക്കുകൂട്ടുന്നതിനായാലും അതുപോലുള്ള മറ്റു കണക്കുകൂട്ടലുകൾക്കായാലും സഹായകരമായിരുന്നു. ഇക്കാര്യങ്ങളൊക്കെ 1596 ൽ വിശദമാക്കിയ ഗലീലിയോ അടുത്ത വർഷം (1597) ഭൂസർവേ നടത്തുന്നതിനും ആകാശവസ്തുക്കളുടെ നിരീക്ഷണത്തിനും സെക്ടർ എങ്ങനെ ഉപയോഗിക്കാമെന്ന് വിശദീകരിച്ചു. ഈ വിവരങ്ങളൊക്കെ ഗലീലിയോ തന്റെ വിദ്യാർഥികളെ പഠിപ്പിക്കുകയും അതിനായി ഒരു മാന്വൽ എഴുതുകയും ചെയ്തു. 'ജ്യാമിതീയമായ ഒരു മിലിട്ടറി കാമ്പസി'ന്റെ പ്രവർത്തനത്തെ സംബന്ധിച്ച് അദ്ദേഹം പ്രസിദ്ധീകരിച്ച മാന്വൽ (*ലെ ഓപ്പറാസിബ് നി ദെൽ കാമ്പസ്സോ ജ്യോമട്രിക്കോ എറ്റ് മിലിട്ടറി*) 1605 ജൂലൈ മാസത്തിൽ പുറത്തുവന്നു. പ്രസ്തുത മാന്വലിന്റെ സമർപ്പണം കോസിമോ II ഡേ മെഡിസി (Cosimo II de' Medici) ക്കായിരുന്നു. 1598ൽ ഗലീലിയോ

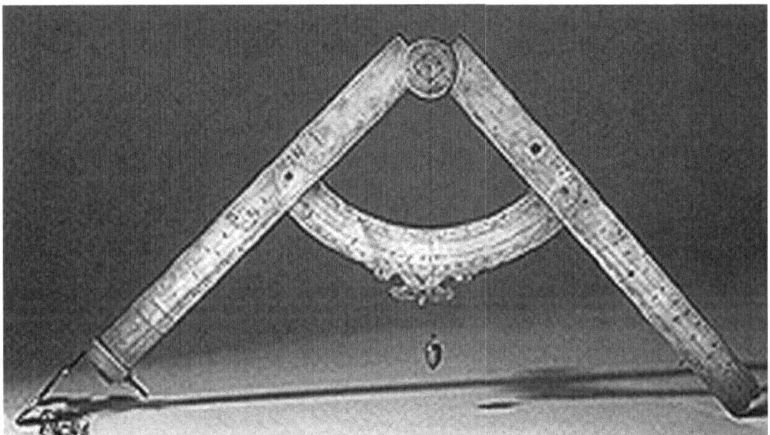

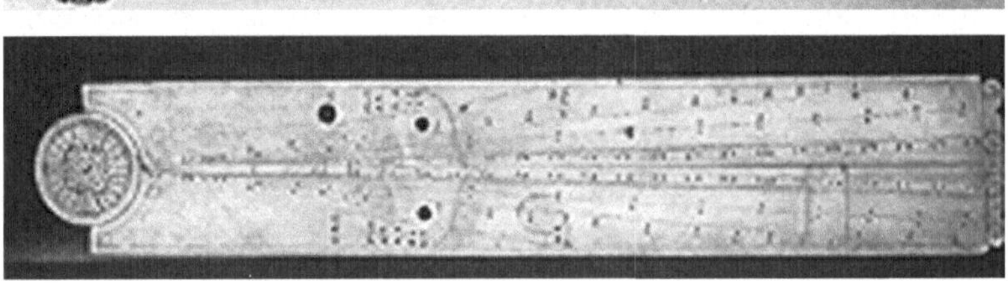

തന്റെ വീട്ടിൽ മർക്കന്റോണിയോ മസോളിനി എന്നയാളെ നിയമിക്കുകയും ധാരാളം 'സെക്ടേർസ്' നിർമിച്ച് വിൽക്കുകയും ചെയ്തു. കുടുംബത്തിലെ തലമുതിർന്ന അംഗമെന്ന നിലയിലുള്ള തന്റെ സാമ്പത്തികപ്രാരാബ്ധത്തിന് അൽപ്പം ആശ്വാസം അതിലൂടെ ലഭിക്കുകയും ചെയ്തു.

'സെക്ടർ' സംബന്ധമായി രസകരമായ ഒരു സംഭവം നടക്കുകയുണ്ടായി. പാദുവ സർവകലാശാലയിലെ 'ബൽത്തസാർ കാപ്രാ (Balthasar Capra) 1607 ഏപ്രിലിൽ *ആനുപാതിക കാമ്പസിന്റെ നിർമാണവും ഉപയോഗവും (The Use and Construction of the Proportional Campus)* എന്ന പുസ്തകം പ്രസിദ്ധീകരിച്ചു. ഇതിൽ ഗലീലിയോയുടെ പുസ്തകത്തിൽ നിന്നുള്ള കാര്യങ്ങൾ തന്നെയാണ് ഉൾക്കൊള്ളിച്ചിരുന്നത്. ഗലീലിയോ ഇതിനെതിരെ നിയമനടപടി സ്വീകരിച്ചു. കേസിന്റെ അവസാനം, 'കാപ്ര'യെ സർവകലാശാലയിൽനിന്നും പുറത്താക്കുകയും വിൽപ്പനയ്ക്കു വച്ചിരുന്നതിൽ ബാക്കിവന്ന കാപ്രയുടെ പുസ്തകങ്ങൾ കണ്ടുകെട്ടുകയും ചെയ്തു.

തെർമോമീറ്റർ

ആദ്യമായി ഉഷ്ണമാപിനി (thermometer) ഉണ്ടാക്കിയത് ഗലീലിയോ ആണെന്നാണ് അറിയപ്പെടുന്നത്. തെർമോമീറ്ററിന്റെ ആദ്യരൂപമായ തെർമോസ്കോപ്പ് (Thermoscope) 1597ൽ ആണ് ഗലീലിയോ ഉണ്ടാക്കിയത്. മേലറ്റം അടഞ്ഞിരിക്കുന്ന ഒരു ബൾബിലേക്ക് ബന്ധിപ്പിച്ചുകൊണ്ട് അടിയറ്റം തുറന്നിരിക്കുന്ന വ്യാസം കുറഞ്ഞ ഒരു കുഴലാണിതിന്റെ പ്രധാനഭാഗം. തുറന്ന അടിയറ്റം വെള്ളത്തിൽ മുക്കിവയ്ക്കുന്നു. കുഴലിലെ വെള്ളത്തിന് മുകളിൽ ബൾബിൽ വായു ഉണ്ടാകും. ഊഷ്മാവ് കൂടുകയോ കുറയുകയോ ചെയ്യുന്നതിന് അനുസരിച്ച് ബൾബിലെ വായു വികസിക്കുകയോ

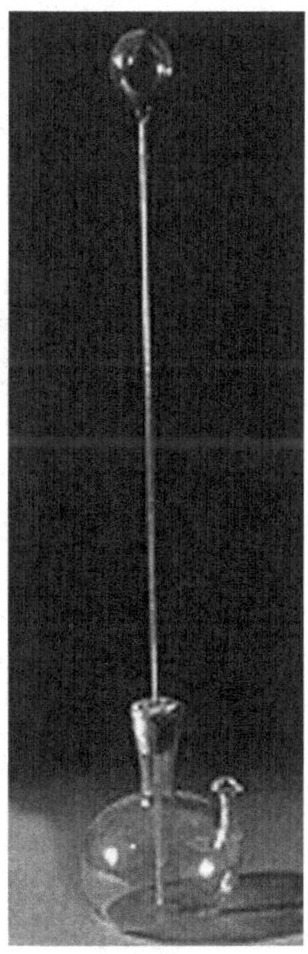

ഗലീലിയോയുടെ തെർമോസ്കോപ്പ്

സങ്കോചിക്കുകയോ ചെയ്യും. അതിന് അനുസരിച്ച് കുഴലിലെ ജലനിരപ്പ് താഴുകയോ ഉയരുകയോ ചെയ്യും. ഇതായിരുന്നു ആദ്യത്തെ തെർമോസ്കോപ്പ്. ഏതാണ്ട് ഇരുപതുവർഷങ്ങൾക്കുശേഷം ഒരു സുഹൃത്തിന്റെ അഭിപ്രായം മാനിച്ച് കുഴലിന്റെ മുകളിൽ ഒരു സ്കെയിൽ പിടിപ്പിച്ചു. അങ്ങനെ ആദ്യത്തെ തെർമോമീറ്റർ ഉണ്ടായി. ജലനിരപ്പ് സ്കെയിലിൽ എവിടെയാണെന്ന് നോക്കി ഊഷ്മാവ് എത്രയാണെന്ന് അറിയാൻ കഴിയും. മാറുന്ന ഊഷ്മാവിനനുസരിച്ചുണ്ടാകുന്ന വായുവിന്റെ വികാസ–സങ്കോചങ്ങൾക്കനുസരണമായി വെള്ളത്തിലുണ്ടാകുന്ന ചലനമാണ് ഊഷ്മാവ് അളക്കാൻ ഗലീലിയോ പ്രയോജനപ്പെടുത്തിയതെന്ന് കാണാം. ഗലീലിയോയുടെ ഈ തെർമോമീറ്ററിനെ അടിസ്ഥാനപ്പെടുത്തി പിന്നീട് പലരും, കുഴലിന്റെ ആകൃതിയിൽ മാറ്റം വരുത്തിയും വെള്ളത്തിനുപകരം വിവിധ ദ്രാവകങ്ങൾ (മെർക്കുറി ഉൾപ്പെടെ) ഉപയോഗിച്ചും, വിവിധ തരം തെർമോമീറ്ററുകൾ ഉണ്ടാക്കി. ഇവയൊക്കെ ഇന്നും പലവിധ ആവശ്യങ്ങൾക്കായി ഉപയോഗിച്ചു വരുന്നു.

പെൻഡുലം

ഗലീലിയോ വലിയൊരു മതവിശ്വാസിയായിരുന്നുവെന്ന് മുൻ അധ്യായത്തിൽ സൂചിപ്പിച്ചിരുന്നല്ലോ. എല്ലാ ഞായറാഴ്ചകളിലും അദ്ദേഹം പള്ളിയിൽ പോകുമായിരുന്നു. 1583ലെ ഒരു ഞായറാഴ്ച പിസാ നഗരത്തിലെ പള്ളിയിൽ പ്രാർഥന നടക്കുകയായിരുന്നു. അവിടെയുണ്ടായിരുന്ന വിദ്യാർഥിയായ ഗലീലിയോയ്ക്ക് പുതിയതായി വന്ന പുരോഹിതന്റെ പ്രസംഗം വിരസമായി തോന്നി. പ്രസംഗത്തിൽ ശ്രദ്ധിക്കാതെ അലസനായിരുന്ന ഗലീലിയോ മച്ചിൽനിന്നും തൂക്കിയിട്ടിരിക്കുന്ന ശരറാന്തൽ ആടുന്നതായി കണ്ടു. ഓരോരുത്തരും അകത്തേക്കോ പുറത്തേക്കോ പോകാൻ വേണ്ടി വാതിൽ തുറക്കുമ്പോൾ ഉള്ളിലേക്ക് ശക്തിയായി വീശുന്ന കാറ്റിൽപ്പെട്ട് വിളക്ക് അങ്ങോട്ടും ഇങ്ങോട്ടും ആടുന്നതും ക്രമേണ ആട്ടം കുറഞ്ഞ് കുറഞ്ഞ് നിശ്ചലാവസ്ഥയിലെത്തുന്നതും ശ്രദ്ധിച്ചു. വലിയ ആട്ടമായാലും ചെറിയ ആട്ടമായാലും ഓരോ ആട്ടത്തിനുമെടുത്ത സമയം വ്യത്യാസമില്ലായെന്ന് ഗലീലിയോക്ക് തോന്നി. സമയം അളക്കാൻ വാച്ച് ഉണ്ടായിരുന്നില്ല. മെഡിക്കൽ വിദ്യാർഥിയായിരുന്ന ഗലീലിയോയ്ക്ക് നാഡീസ്പന്ദം (Pulse) ക്രമമാണെന്ന് അറിയാമായിരുന്നു. നാഡീസ്പന്ദങ്ങൾ എണ്ണി താരതമ്യം ചെയ്തപ്പോൾ, വലിയ ദൂരത്തിലേയ്ക്കായാലും ചെറിയ ദൂരത്തിലേയ്ക്കായാലും ഓരോ ആട്ടത്തിനും കൃത്യമായും ഒരേ സമയം തന്നെയാണ് എടുക്കുന്നതെന്ന് ബോധ്യപ്പെട്ടു. ഒരു ചരടിന്റെ അറ്റത്ത് ഒരു ഭാരം തൂക്കിയിട്ട് ആടാൻ അനുവദിച്ചാൽ ഓരോ ആട്ട (ദോലന)ത്തിനും എടുക്കുന്ന സമയം (ഒരേ നീളത്തിന് ഏതു ഭാരത്തിനാണെങ്കിലും) ഒന്നു തന്നെയാണെന്ന് കണ്ടു. ചരടും ഭാരവും ചേർന്ന ഈ സംവിധാനത്തെ 'പെൻഡുലം' എന്നു വിളിക്കുന്നു. ചരടിന്റെ നീളം കൂടുന്നതിനനുസരിച്ച് ദോലന സമയം (pe-

riod) കൂടുന്നതായും മനസിലാക്കി. എത്ര വലിയ കോണ് ഉണ്ടാകത്തക്ക രീതിയിൽ ആട്ടിവിട്ടാലും, അതായത് ആയാമം (amplitude) എത്രയായാലും, പെൻഡുലത്തിന്റെ ആട്ടം എപ്പോഴും ഒരേ സമയമേ എടുക്കുകയുള്ളൂവെന്ന് ഗലീലിയോ അവകാശപ്പെട്ടു. പരീക്ഷണങ്ങളിലൂടെ ബോധ്യപ്പെട്ടിരുന്നതിനാൽ അതിന്റെ സിദ്ധാന്തപരമായ വിശദീകരണത്തിന് അദ്ദേഹം തുനിഞ്ഞില്ല. പരീക്ഷണനിരീക്ഷണങ്ങളിലൂടെയുള്ള പെൻഡുലത്തിന്റെ കണ്ടുപിടുത്തം ശാസ്ത്രചരിത്രത്തിലെ ഒരു നാഴികക്കല്ലായിരുന്നു. എന്നാൽ അദ്ദേഹത്തിന്റെ നിഗമനങ്ങൾ വളരെ ചെറിയ ആട്ടങ്ങൾക്കു മാത്രമേ ശരിയാകൂവെന്ന് പിന്നീട് ക്രിസ്റ്റ്യൻ ഹൈജൻസ് (Christian Huygens) കണ്ടുപിടിക്കുകയുണ്ടായി.

പൾസിലോജിയം

പെൻഡുലത്തിന്റെ ചലനം നാഡീസ്പന്ദം കൊണ്ടളക്കാമെങ്കിൽ നാഡീസ്പന്ദം അളക്കാൻ പെൻഡുലം ഉപയോഗിക്കാമെന്ന് ഗലീലിയോ ചിന്തിക്കുകയും അതിനുള്ള ഒരു ഉപകരണം 1593 ൽ നിർമിക്കുകയും ചെയ്തു. രോഗികളുടെ നാഡിത്തുടുപ്പിന്റെ തോത് അളക്കാനുള്ള ഈ ഉപകരണം 'പൾസിമീറ്റർ' (Pulsimeter) അഥവാ 'പൾസിലോജിയം' (Pulsilogium) എന്നറിയപ്പെടുന്നു. ഗലീലിയോ നിർമിച്ച 'പൾസിലോജിയം' വളരെ ലളിതമായിരുന്നു. സ്കെയിൽ രേഖപ്പെടുത്തപ്പെട്ട ഒരു ബോർഡിൽനിന്നും, അറ്റത്ത് ഈയക്കട്ട കെട്ടിയ ചരട് തൂക്കിയിടുകയായിരുന്നു. തൂങ്ങിനിൽക്കുന്ന ചരടിനെ ആട്ടിവിടുന്നതോടെ, നീളം കൂട്ടാവുന്നതും കുറയ്ക്കാവുന്നതുമായ ചരട് ഉപയോഗിച്ചുകൊണ്ടുള്ള പെൻഡുലമാവും. ഇവിടെ നാഡി സ്പന്ദിക്കുന്നതിന്റെ തോതിനു തുല്യമായി പെൻഡുലത്തിന്റെ ദോലനത്തിന്റെ ആവൃത്തി (Frequency of Vibration) വരത്തക്കരീതിയിൽ പെൻഡുലത്തിന്റെ ചരടിന്റെ നീളം, ബോർഡിലെ ചരടിൽ വിരൽ ഉപയോഗിച്ച് ക്രമീകരിക്കുന്നു. പെൻഡുലത്തിന്റെ ചരടിന്റെ നീളം എത്രയെന്ന് സ്കെയിലിൽനിന്നും നേരിട്ടറിഞ്ഞ്

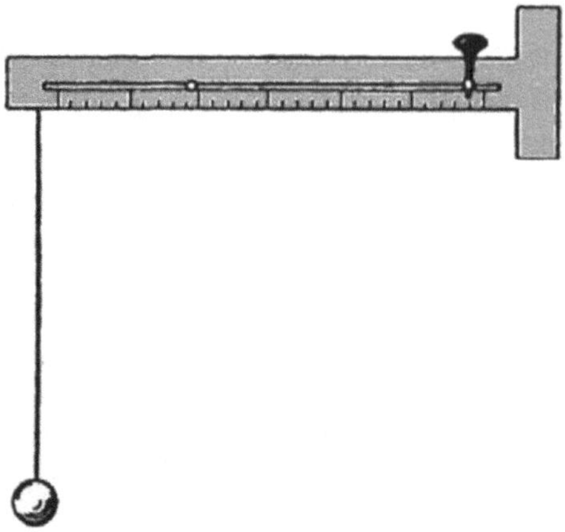

പൾസിലോജിയം

നാഡിസ്പന്ദത്തിന്റെ തോത് മനസിലാക്കാൻ കഴിയുന്നു. ഈ കണ്ടുപിടുത്തം അക്കാലത്ത് മെഡിക്കൽ രംഗത്ത് വളരെയധികം പ്രയോജനം ചെയ്യുകയുണ്ടായി. നാഡിമിടിപ്പ് എത്രയാണെന്ന് മനസിലാക്കി രോഗാവസ്ഥ നിർണയിക്കാൻ കഴിയുന്ന സ്ഥിതി ഉണ്ടായി. ഗലീലിയോയുടെ സുഹൃത്തും ഭിഷഗ്വരനുമായ സന്റോറിയോ സന്റോറിയോ 1602 ൽ ഗലീലിയോയുടെ പെൻഡുലത്തിന്റെ തത്വം ഉപയോഗിച്ച് കൈയിൽ വച്ച് നാഡീ സ്പന്ദം അളക്കുന്ന പൾസിലോജിയം നിർമിക്കുകയുണ്ടായി.

ക്ലോക്ക്

പുരാതനകാലത്തും ഏതാണ്ട് മധ്യകാലഘട്ടംവരെയും സമയമളക്കാൻ സൂര്യഘടികാര (Sun dials)വും ജലഘടികാര (Water clocks)വുമാണ് ഉപയോഗിച്ചിരുന്നത്. പതിനാലാം നൂറ്റാണ്ടിന്റെ ആരംഭത്തോടെ യൂറോപ്പിൽ മെക്കാനിക്കൽ ക്ലോക്കുകൾ—ചക്രഘടികാരങ്ങൾ—വ്യാപകമായി കാണാൻ തുടങ്ങി. ഭാരം തൂക്കിയിട്ട് ഓടിക്കുന്ന അത്തരം ഘടികാരങ്ങൾ പതിനൊന്നാം നൂറ്റാണ്ടിൽ തന്നെ പല സന്യാസിമഠങ്ങളിലും ഉപയോഗത്തിലുണ്ടായിരുന്നുവത്രെ. ഗലീലിയോ തന്റെ ജീവിതത്തിന്റെ അവസാനകാലത്താണ്, പെൻഡുലത്തിന്റെ തത്വമുപയോഗിച്ച് ഒരു ഘടികാരം ഉണ്ടാക്കുന്നതിനെക്കുറിച്ച് ആലോചിച്ചത്. പൂർണ അന്ധനായിക്കഴിഞ്ഞിരുന്ന ഗലീലിയോ 1641 ൽ പെൻഡുലം ക്ലോക്കിന്റെ രൂപകൽപ്പന തയാറാക്കി. പക്ഷേ, 1642 ൽ മരിക്കുന്നതിനുമുമ്പായി അദ്ദേഹത്തിന് പെൻഡുലം ക്ലോക്ക് യാഥാർഥ്യമാക്കാൻ കഴിഞ്ഞില്ല. ഗലീലിയോയുടെ പുത്രൻ വിൻസെൻസോ (Vincenzo) അച്ഛന്റെ സിദ്ധാന്തമുപയോഗിച്ച് ഒരു ക്ലോക്കിന്റെ രൂപരേഖ തയാറാക്കിയെങ്കിലും അതും

ക്ലോക്ക്

നിർമിക്കാൻ കഴിഞ്ഞില്ല. 1656 ൽ ക്രിസ്ത്യൻ ഹൈജൻസ് ആണ് പൂർണമായും പ്രവർത്തിക്കുന്ന പെൻഡുലം ക്ലോക്ക് ആദ്യമായി ഉണ്ടാക്കിയത്. 1657 ൽ പെൻഡുലം ക്ലോക്കിന്റെ പേറ്റന്റ് ഹൈജൻസിന് ലഭിക്കുകയും ചെയ്തു. ഇതോടെ പെൻഡുലം ക്ലോക്കുകൾ ധാരാളമായി നിർമിക്കപ്പെടുകയും ക്ലോക്കുവ്യവസായം അഭിവൃദ്ധിപ്പെടുകയും ചെയ്തു.

ചലനം സംബന്ധിച്ച്

ഭൂമി സ്ഥിരമായി നിൽക്കുന്നുവെന്നും ചന്ദ്രനും സൂര്യനും നക്ഷത്രങ്ങളും മറ്റും ഭൂമിയെ ചുറ്റിക്കൊണ്ടിരിക്കുകയാണെന്നും അരിസ്റ്റോട്ടിലും കൂട്ടരും വിശ്വസിച്ചിരുന്നതായി നേരത്തേ സൂചിപ്പിക്കുകയുണ്ടായല്ലോ. ഭൂമികറങ്ങുന്നുവെന്ന വാദത്തേയും ടോളമിയും അരിസ്റ്റോട്ടിലും തള്ളിക്കളഞ്ഞിരുന്നു, എന്തെന്നാൽ ഭൂമി ചലിക്കുകയാണെങ്കിൽ അതിന്റെ പ്രതലത്തിൽ സ്വതന്ത്രമായ വസ്തുക്കളെല്ലാം പ്രകടമായ രീതിയിൽ അതിന്റെ സ്ഥിതിയിൽ വ്യത്യാസം വരുത്തി ഇളകേണ്ടിയിരുന്നു. ഭൂമികറങ്ങുകയാണെങ്കിൽ, ഭൂമിയുടെ പ്രതലത്തിൽ ഉറപ്പിച്ചിട്ടില്ലാത്ത വസ്തുക്കളെല്ലാം മുന്നോട്ടു തെറിച്ചുപോകണമായിരുന്നു. എന്നുമാത്രമല്ല, മുകളിലോട്ട് എറിയുകയോ താഴോട്ടുവീഴുകയോ ഭൂപ്രതലത്തിൽ നിന്നും വിട്ടുനിൽക്കുകയോ ചെയ്യുന്ന വസ്തുക്കളെല്ലാം പിറകോട്ടു പോകണമെന്നായിരുന്നുവെന്നും അവർ ചൂണ്ടിക്കാട്ടി. ഭൂമികറങ്ങുകയാണെങ്കിൽ ഒരു വലിയ ടവറിൽനിന്നും താഴോട്ടിടുന്ന വസ്തു ടവറിന്റെ ചുവട്ടിൽ വീഴാൻ പാടില്ലല്ലോ. എന്നാൽ ചുവട്ടിൽ വീഴുകയാണ് ചെയ്യുന്നത്. അതുപോലെ, കുത്തനെ, മുകളിലോട്ട് വെടിയുണ്ട പായിച്ചാൽ അതു തിരിച്ച് കുത്തനെ താഴോട്ടുവന്ന് പുറപ്പെട്ടിടത്തു തന്നെ വീഴുന്നതു കാണാം. ഇതൊക്കെയായിരുന്നു അരിസ്റ്റോട്ടിലിന്റെ ചിന്താഗതി.

എന്നാൽ ഇതിനു ബദലായുള്ള വാദഗതികൾ നിരത്തിക്കൊണ്ട് ഭൂമി കറങ്ങുന്നുവെന്ന് സ്ഥാപിക്കാൻ കോപ്പർനിക്കസ് ശ്രമിക്കുകയുണ്ടായി. ഭൂമിയിലെ വസ്തുക്കളെല്ലാം സ്വാഭാവികചലനത്തിനുമാത്രം വിധേയമാകുന്നുവെന്നും അതിനാൽ പക്ഷികളും മേഘങ്ങളും കല്ലുകളും എല്ലാം ഭൂമിയോടൊപ്പം തന്നെ ചലനത്തിൽ പങ്കെടുക്കുന്നുവെന്നും അദ്ദേഹം വിശദീകരിച്ചു. അതായത്, കറങ്ങുന്ന ഭൂമിയോടൊപ്പം അതേ വേഗതയിൽ അതിന്റെ പ്രതലത്തിലുള്ള വസ്തുക്കളും ചലിക്കുന്നുവെന്നും അത് നേരത്തേ മുതൽ അങ്ങനെ തന്നെ ആയതുകൊണ്ട് അത് തുടർന്നുകൊണ്ടേയിരിക്കുന്നുവെന്നും ആ തത്വത്തെ ജഡത്വം (Inertia) എന്നു വിളിക്കുന്നുവെന്നും കോപ്പർനിക്കസ് പ്രസ്താവിച്ചു.

കെപ്ലറും ഭൂമികറങ്ങിക്കൊണ്ടേയിരിക്കുന്നുവെന്ന് സമർത്ഥിക്കാൻ അദ്ദേഹത്തിന്റേതായ ന്യായങ്ങൾ നിരത്തുകയുണ്ടായി. വസ്തുക്കളെല്ലാം പരസ്പരം ആകർഷിക്കുന്നുവെന്നും, അതിനാൽ ഭൂമിയിലുള്ള വസ്തുക്കളെല്ലാം ഭൂമിയിലേക്ക് ആകർഷിക്കപ്പെടുന്നുവെന്നും കെപ്ലർ അഭിപ്രായപ്പെട്ടു. മുകളിലോട്ട് എറിയുന്ന കല്ല് താഴോട്ടുവരുന്നതും

പീരങ്കി ഉണ്ടകൾ കിഴക്കോട്ടുപോകുന്ന ദൂരം തന്നെ പടിഞ്ഞാറോട്ടു പോകുന്നതും ഭൂമി ഈ വസ്തുക്കളെയെല്ലാം ഭൂമിയിലേക്ക് പിടിച്ചു വലിച്ചുകൊണ്ടിരിക്കുന്നതുകൊണ്ടാണെന്ന് കെപ്ലർ വ്യാഖ്യാനിച്ചു. ഭൂമിയിലുള്ളതും ചുറ്റുമുള്ളതുമായ (പറവകൾ, മേഘങ്ങൾ, വാതകങ്ങൾ എന്നിവ ഉൾപ്പെടെ) എല്ലാ വസ്തുക്കളെയും ഇലാസ്തിക ചങ്ങലകൾകൊണ്ട് ഭൂമിയിലേക്ക് വരിഞ്ഞു മുറുക്കി നിറുത്തിയിരിക്കുകയാണത്രെ. അതുകൊണ്ട് ഭൂമികറങ്ങുമ്പോൾ അത്തരം വസ്തുക്കളും ഭൂമിയോടൊപ്പം ചലിക്കും. മുകളിലേക്ക് എറിയുന്ന വസ്തു, ആ വസ്തുവിന്റെ ചലനത്തോടൊപ്പം ഭൂമിയുടെ ചലനത്തിനും വിധേയമായിരിക്കും; രണ്ടിന്റെയും മിശ്രിതമായിരിക്കും ഫലം. ഒരേ തോക്കിൽനിന്നും കിഴക്കോട്ടും പടിഞ്ഞാറോട്ടും ഉണ്ടപായിച്ചാൽ, ഒരേ ദൂരം സഞ്ചരിക്കുന്നതായി ഭൂമിയിൽനിന്നും അളക്കാമെങ്കിലും ബാഹ്യാകാശത്തുനിന്നും അളന്നാൽ ദൂരവ്യത്യാസം കാണുമെന്ന് കെപ്ലർ വ്യക്തമാക്കി. അങ്ങനെ ഭൂമി കറങ്ങുന്നുവെന്നതിനെതിരെയുള്ള അരിസ്റ്റോട്ടിലിന്റേയും മറ്റും വാദത്തെ കെപ്ലർക്ക് ഖണ്ഡിക്കാൻ കഴിഞ്ഞു.

ഭൂമി കറങ്ങുന്നതോടൊപ്പം അതിന്റെ പ്രതലത്തിലുള്ള വസ്തുക്കളെല്ലാം അതേവേഗതയിൽ ചലിക്കുന്നുവെന്നും, അതുകൊണ്ട് പ്രതലത്തിലുള്ള വസ്തുക്കൾക്കെല്ലാം ഭൂമികറങ്ങുന്നില്ലായെന്ന പ്രതീതിയാണുളവാക്കുന്നതെന്നും ഗലീലിയോ ഉറപ്പിച്ചു പറഞ്ഞു. ഭൂമി ചലിക്കുന്നതുകൊണ്ട് കടലിലെ വെള്ളം ഇളകുന്നുവെന്നും അതാണ് വേലിയേറ്റത്തിനും വേലിയിറക്കത്തിനും കാരണമെന്നും ഗലീലിയോ വിശദീകരിക്കുകയുണ്ടായി. പ്രാചീനകാലം മുതൽ തന്നെ നടത്തിയിരുന്ന നിരീക്ഷണങ്ങളിൽ ചന്ദ്രന്റെ ചലനത്തിന് വേലിയേറ്റങ്ങളിലുള്ള സ്വാധീനം വെളിവാക്കപ്പെട്ടിരുന്നുവെങ്കിലും അത് പരിഗണിക്കുന്ന കാര്യത്തിൽ ഗലീലിയോയ്ക്കു വീഴ്ച പറ്റി.

'ജഡത്വം' (Inertia) എന്ന ആശയത്തെ ഗലീലിയോ പിന്തുണച്ചു. ഒരു ബലത്തിനും വിധേയമാകാത്ത ഒരു വസ്തുവിന്റെ സ്വാഭാവികസഞ്ചാരപഥം വൃത്തത്തിലല്ലാതാകാൻ കഴിയുകയില്ലായെന്ന് ഗലീലിയോ വ്യക്തമാക്കുകയുണ്ടായി. (ഈ പ്രസ്താവം, മധ്യകാല പാരമ്പര്യത്തിന് അദ്ദേഹത്തിലുള്ള സ്വാധീനം വ്യക്തമാക്കുന്നതാണെന്ന് ചൂണ്ടിക്കാണിക്കപ്പെടുന്നു.) ഭൂമിയുടെ ദിനംപ്രതിയുള്ള കറക്കം 'ജഡത്വ' മെന്ന സ്വഭാവത്തെ വെളിവാക്കുക മാത്രമല്ല ചെയ്തത്, സമയത്തെ സംബന്ധിച്ചുള്ള നിർവചനം നൽകുകയും ചെയ്തു.

സഞ്ചരിച്ചുകൊണ്ടിരിക്കുന്ന വസ്തുക്കളെ സംബന്ധിച്ച് ഗലീലിയോ ശ്രദ്ധയോടെ പഠിച്ചു. ഈ പഠനത്തിലൂടെ 'ത്വരണ'ത്തെ (acceleration) വിശദമാക്കുന്നതിനു കഴിഞ്ഞുവെങ്കിലും 'ബല'ത്തെ (Force) നിർവചിക്കുന്നതിൽ പൂർണമായി വിജയിച്ചില്ല. അതേപോലെ, ഭൂമിയിൽ പതിക്കുന്ന വസ്തുക്കളുമായി ബന്ധപ്പെട്ട് 'ഭാര'ത്തെ (Weight) കുറിച്ച് ചില ധാരണകൾ ഉണ്ടാക്കാൻ കഴിഞ്ഞിരുന്നുവെങ്കിലും 'പിണ്ഡ' (Mass) മെന്ന

ആശയം ഉരുത്തിരിഞ്ഞിരുന്നില്ല. ഗലീലിയോ പിണ്ഡവും ഭാരവും തമ്മിലുള്ള വ്യത്യാസം തിരിച്ചറിഞ്ഞിരുന്നില്ല. അദ്ദേഹം ബലത്തേയും ഭാരത്തേയും കുറിച്ച് പറയുന്നത് ഒഴിവാക്കുമായിരുന്നു. ന്യൂട്ടന്റെ കാലത്തോടു കൂടിയാണ് 'ബല'ത്തേയും ബലത്തിൽനിന്നും സ്വതന്ത്രമായി നിൽക്കുന്ന 'പിണ്ഡ'ത്തേയും സംബന്ധിച്ച ധാരണകളും നിർവചനങ്ങളും ഉണ്ടായത്. വസ്തുക്കളുടെ ചലനത്തെ സംബന്ധിച്ച് ഗലീലിയോ നടത്തിയ സിദ്ധാന്തപരവും പരീക്ഷണങ്ങളിലധിഷ്ഠിതവുമായ പഠനങ്ങളാണ് സർ ഐസക് ന്യൂട്ടന് 'ക്ലാസിക്കൽ ബലതന്ത്രം' (Classical Mechanics) വികസിപ്പിക്കാൻ സഹായകരമായതെന്നു പറയാം.

അരിസ്റ്റോട്ടിലിന്റെ രീതികൾ യുക്തിപൂർവകമായ ഗതികത്തിന് യോഗ്യമല്ലായെന്നും ഗണിതശാസ്ത്രത്തിന് വഴങ്ങുന്നതല്ലായെന്നും മുൻ അധ്യായത്തിന്റെ ആദ്യഭാഗത്ത് സൂചിപ്പിച്ചിരുന്നുവല്ലോ. ചലനത്തിൽ മാധ്യമത്തിന്റെ പങ്ക് പരിഗണിച്ചുവെങ്കിലും ശൂന്യതയിലൂടെയുള്ള ചലനത്തെ വ്യാഖ്യാനിക്കാൻ കഴിഞ്ഞിരുന്നില്ല. അരിസ്റ്റോട്ടിലിന്റെ ഭൗതികശാസ്ത്രം ഇന്ദ്രിയങ്ങൾക്ക് ഗ്രഹിക്കാൻ കഴിയുന്നതിനെ അടിസ്ഥാനപ്പെടുത്തി മാത്രമായിരുന്നുവെന്നും അത് ഗണിതത്തെ പൂർണമായും നിരാകരിച്ചിരുന്നുവെന്നും നേരത്തേ ചൂണ്ടിക്കാണിച്ചിരുന്നു. എന്നാൽ, ബലതന്ത്രത്തെ ഗണിതമായി കൈകാര്യം ചെയ്യാമെന്ന് ഗലീലിയോ വ്യക്തമാക്കി. ശാസ്ത്രത്തിന്റെ ചരിത്രത്തിൽ വഴിത്തിരിവുണ്ടാക്കിയ സംഭവമായിരുന്നു ഇത്. ഗലീലിയോയുടേത് അനുകരണീയമായ ഗണിതശാസ്ത്രമാതൃകകൾ ആയിരുന്നു. ജ്യാമിതിയിൽ എങ്ങനെയാണോ പൗരാണികർ ചെയ്തത്, അതായത് സൗകര്യപ്രദമായ ഏതാനും ആപ്തവാക്യങ്ങളിൽനിന്നും തുടങ്ങി ഒട്ടും പ്രതീക്ഷിക്കാത്ത ഉത്തരങ്ങളുടെ ശൃംഖലയിലേക്ക് എത്തുന്നതുപോലെ, 'ബലതന്ത്ര' ത്തിന്റെ മേഖലയിലും ഫലപ്രദമായ രീതിയിൽ എങ്ങനെ മുന്നോട്ടുപോകാമെന്ന് ഗലീലിയോ വിശദീകരിക്കുകയുണ്ടായി.

ബലതന്ത്രത്തിന്റേയും ചലനത്തിന്റേയും ശാസ്ത്രമായ ഗതിക (Dynamics) ത്തിലെ അദ്ദേഹത്തിന്റെ ആദ്യകാല കൃതികളാണ് 1590 ൽ പ്രസിദ്ധീകരിച്ച *ചലനത്തെക്കുറിച്ച് (On motion—ദെ മോട്ടു)* എന്നതും 1600 ൽ പ്രസിദ്ധീകരിച്ച *ബലതന്ത്രം* (*Mechanics—ലെ മെക്കാനിക്കേ*) എന്നതും. ഇതിൽ ആദ്യത്തേത് അരിസ്റ്റോട്ടിലിന്റേയും ആർക്കിമിഡീസിന്റെയും ദ്രവഗതിക (Fluid Dynamics) ത്തെ അടിസ്ഥാനപ്പെടുത്തി രചിച്ചതാണ്. ഒരു ദ്രവ മാധ്യമത്തിലൂടെയുള്ള ഗുരുത്വാകർഷണപതനത്തിന്റെ വേഗത, മാധ്യമത്തിനെ അപേക്ഷിച്ച് വസ്തുവിന്റെ ഭാരം എത്രമാത്രം കൂടിയിരിക്കുന്നുവെന്നതിന്റെ അനുപാതത്തിലായിരിക്കണമെന്നതും അതനുസരിച്ച്, ശൂന്യസ്ഥലത്തിലൂടെ പതിക്കുന്ന വസ്തുക്കളുടെ വേഗത അവയുടെ ആപേക്ഷികഭാര (Specific Weight) ത്തിന് അനുപാതത്തിലായിരിക്കണമെന്നതും പരിശോധിക്കുകയാണിവിടെ.

അരിസ്റ്റോട്ടിലിന്റെ വാദങ്ങളെ ഖണ്ഡിച്ചുകൊണ്ട്, സംഖ്യകളാൽ

നിയന്ത്രിതമായ ചലനങ്ങളെ സംബന്ധിച്ച്, 1638 ൽ പ്രസിദ്ധീകരിച്ച *രണ്ടു പുത്തൻ ശാസ്ത്രങ്ങളെ സംബന്ധിച്ച ചർച്ചയും ഗണിതകപ്രദർശനങ്ങളും (Discourse and Mathematical Demonstrations Relating to Two New Sciences-* ഡിസ്കോഴ്സി എ ഡിമോസ്ട്രേസിയോനി മാറ്റെ മറ്റിക്കേ, ഇന്റോ മോ എ ഡി നോവേ സയൻസേ*)* എന്ന പുസ്തകത്തിൽ ഗലീലിയോ പ്രഖ്യാപിച്ചു: "ഏറ്റവും പുരാതനമായ വിഷയത്തെക്കുറിച്ചുള്ള പഠനം വളരെ പുത്തനായ ഒരു ശാസ്ത്രത്തെ പ്രോത്സാഹിപ്പിക്കുകയും പതിക്കുന്ന വസ്തുക്കളുടെ ചലനം സംഖ്യാനിയമങ്ങൾക്ക് വിധേയമായിരിക്കുമെന്ന് തെളിയിക്കുകയും ചെയ്യും."

പ്രസ്തുത പുസ്തകത്തിലെ കഥാപാത്രമായ 'സൽവ്യാറ്റി' (Salviati) സമർഥിക്കുന്നത്, ശൂന്യപ്രദേശത്തിലൂടെ പതിക്കുന്ന വ്യത്യസ്ത ഭാരമുള്ളവയെല്ലാം നിശ്ചിതമായ ഒരേ വേഗതയിൽ പതിക്കുമെന്നാണ്. വളരെക്കാലം മുമ്പേതന്നെ ഇക്കാര്യം ലുക്രേഷ്യസും സൈമൺസ്റ്റീവിനും നിർദേശിച്ചിരുന്നു. വ്യത്യസ്തഭാരമുള്ളതും മറ്റെല്ലാ തരത്തിലും ഒരുപോലെയുള്ളതുമായ ഈയത്തിന്റെയും കോർക്കിന്റെയും ഉണ്ടകൾ കൊണ്ടുണ്ടാക്കിയ പെൻഡുലങ്ങളുടെ ചലനങ്ങൾ താരതമ്യം ചെയ്തുകൊണ്ട് ഇക്കാര്യം തെളിയിക്കാമെന്ന് 'സൽവ്യാറ്റി' ചൂണ്ടിക്കാണിക്കുകയുണ്ടായി. ശൂന്യപ്രദേശത്തിലൂടെയോ അതല്ലായെങ്കിൽ അവഗണിക്കാവുന്ന വിധത്തിലുള്ള പ്രതിരോധമുള്ള ഒരു മാധ്യമത്തിലൂടെയോ പതിക്കുന്ന ഒരു വസ്തു ഏകസമാനത്വരണത്തോടെയായിരിക്കും പതിക്കുകയെന്ന് ഗലീലിയോ സിദ്ധാന്തിച്ചു. പതിക്കുന്ന ഘനവസ്തുക്കളുടെ സ്വാഭാവികചലനം ഏകസമാനത്വരണത്തോടെയാണെന്ന് അദ്ദേഹം അഭിപ്രായപ്പെട്ടു. നിശ്ചലാവസ്ഥയിൽ പുറപ്പെട്ട് ഏകസമാനത്വരണത്തോടെ സഞ്ചരിക്കുന്ന വസ്തു, സഞ്ചരിച്ച ദൂരവും അതിനെടുത്ത സമയവും തമ്മിൽ ബന്ധപ്പെടുത്തി കൊണ്ടുള്ള ശരിയായ ശുദ്ധഗതികനിയമം (Kinematical Law) ഗലീലിയോ എഴുതി കണ്ടുപിടിച്ചിരുന്നു; 'സഞ്ചരിച്ച ദൂരം (d), അതിനുവേണ്ടി വന്ന സമയത്തിന്റെ വർഗത്തിന് (t^2) നേർഅനുപാതികമായിരിക്കും' എന്നതാണത്. ഈ സമയവർഗനിയമം ($d \alpha t^2$) പതിനാലാം നൂറ്റാണ്ടിലെ നിക്കോളേ ഓസ്മി (Nicole Oresmi) പറഞ്ഞിരുന്നു. അതേപോലെ തന്നെ, പതിനാറാം നൂറ്റാണ്ടിലെ 'ദോമിങ്ങോ ദെ സോറ്റോ' (Domingo de Soto), സമാനമാധ്യമത്തിലൂടെ പതിക്കുന്ന വസ്തുക്കളെല്ലാം ഏകസമാനത്വരണത്തിൽ ആയിരിക്കുമെന്ന് അഭിപ്രായപ്പെട്ടിരുന്നു. എന്നാൽ, ഗലീലിയോ, അക്കാലത്തെ നിലവാരമനുസരിച്ചുള്ള ജ്യാമിതിനിർമാണത്തിലൂടെയും സൂക്ഷ്മഗണിതവാക്കുകളിലൂടെയും സമയവർഗനിയമം (time squared law) പ്രഖ്യാപിക്കുകയായിരുന്നു.

പുറത്തുനിന്നും ബലപ്രയോഗമുണ്ടായില്ലായെങ്കിൽ സഞ്ചരിക്കുന്ന വസ്തുക്കളെല്ലാം സ്വാഭാവികമായി വേഗത കുറഞ്ഞ് അവസാനം നിൽക്കുമെന്നായിരുന്നല്ലോ അരിസ്റ്റോട്ടിലിന്റെ സിദ്ധാന്തം. എന്നാൽ, വസ്തുക്കൾ സഞ്ചരിക്കുന്ന അതേ പ്രവേഗത്തിൽ തുടരുമെന്നും അതു

മാറണമെങ്കിൽ ഒരു ബലം—മിക്കവാറും ഘർഷണം—വസ്തുവിൽ പ്രയോഗിക്കപ്പെടേണ്ടതുണ്ടെന്നും ഗലീലിയോ സമർഥിച്ചു. നൂറ്റാണ്ടുകൾക്ക് മുമ്പേ തന്നെ ഇബ്നൽ ഹൈതാം (Ibnal Haytham), ജീൻബുറിദാൻ (Jean Buridan), ജോസഫ് നീഥം (Josph Needham), മോ സു(Mo Tsu) എന്നിവർ ജഡത്വ (inertia)ത്തെ സംബന്ധിച്ച ആശയം മുന്നോട്ടു വച്ചിരുന്നുവെങ്കിലും ഗലീലിയോയാണ് അത് ആദ്യമായി ഗണിതരൂപത്തിൽ ആവിഷ്കരിച്ചതും പരീക്ഷണങ്ങളിലൂടെ തെളിയിച്ചതും. ജഡത്വത്തിന്റെ പ്രാധാന്യത്തെ വെളിവാക്കുന്ന ഘർഷണബലം (Frictional force) എന്ന ആശയത്തെ ആദ്യമായി അവതരിപ്പിച്ചതും ഗലീലിയോയാണ്. ഗലീലിയോയുടെ ജഡത്വത്തിന്റെ തത്വം പറയുന്നത്, 'ഒരേ നിരപ്പുള്ള പ്രതലത്തിലൂടെ സഞ്ചരിക്കുന്ന വസ്തു, അതിന് മറ്റു ശല്യങ്ങളൊന്നും ഉണ്ടായില്ലായെങ്കിൽ അതേദിശയിലും അതേ വേഗതയിലും തന്നെ അതിന്റെ സഞ്ചാരം തുടരും' എന്നാണ്. ഈ തത്വത്തെയാണ് ന്യൂട്ടന്റെ ഒന്നാം ചലനനിയമമായി ചേർത്തിരിക്കുന്നത്.

അരിസ്റ്റോട്ടിലിന്റെ പരമ്പരാഗതമായ രീതികളിൽനിന്നും വ്യത്യസ്തമായി ഗലീലിയോ പരീക്ഷണനിരീക്ഷണങ്ങളുടെ രീതി അവലംബിച്ചിരുന്നുവെന്നത് പ്രസിദ്ധമാണല്ലോ.

താഴേക്കു പതിക്കുന്ന വസ്തുക്കളെ സംബന്ധിച്ച് ആദ്യമായി ആലോചിച്ച ആൾ അരിസ്റ്റോട്ടിൽ ആയിരുന്നുവെന്ന് നമുക്കറിയാം. അദ്ദേഹം ഭൂമിയിലുള്ള വസ്തുക്കളെയെല്ലാം രണ്ടായി തരംതരിക്കുകയുണ്ടായി: ഭൂമിയിൽ സ്വാഭാവികസ്ഥാനമുള്ളവയും ആകാശത്ത് സ്വാഭാവികസ്ഥാനമുള്ളവയും. ഖരവസ്തുക്കളെല്ലാം ഭൂമിയിൽ സ്വാഭാവികസ്ഥാനമുള്ളവയാകയാൽ മുകളിലേക്ക് എറിഞ്ഞാൽ തിരിച്ച് ഭൂമിയിലേക്ക് സ്വാഭാവികമായിത്തന്നെ പതിക്കുമെന്നും തീ, പുക, വായു എന്നിവ ആകാശത്ത് സ്വാഭാവിക സ്ഥാനമുള്ളവയാകയാൽ അവ എപ്പോഴും മുകളിലേക്ക് ഉയർന്നുപോകുമെന്നും അദ്ദേഹം കരുതി. മാത്രമല്ല, ഭാരം കൂടിയ വസ്തുക്കൾ വളരെ വേഗത്തിൽ ഭൂമിയിലേക്ക് പതിക്കുമെന്നും ഭാരം കുറഞ്ഞവ പതുക്കെ മാത്രമേ താഴേക്ക് പതിക്കുകയുള്ളൂവെന്നും വിശ്വസിച്ചു. പരീക്ഷണങ്ങളോ നിരീക്ഷണങ്ങളോ നടത്തി ഇക്കാര്യം ബോധ്യപ്പെടാൻ അരിസ്റ്റോട്ടിൽ ശ്രദ്ധിച്ചിരുന്നില്ല.

സ്വതന്ത്രമായി താഴേക്ക് പതിക്കുന്ന വസ്തുക്കളുടെ ത്വരണം അതിന്റെ ഭാരത്തിനനുസരിച്ചല്ലായെന്ന് മനസിലാക്കിയ ഗലീലിയോ ഗണിതമുപയോഗിച്ച് അവ സമർഥിക്കുകയും പരീക്ഷണങ്ങൾ നടത്തി മറ്റുള്ളവരെ അത് ബോധ്യപ്പെടുത്തുകയും ചെയ്തു.

ഗലീലിയോയുടെ വിദ്യാർഥിയായിരുന്ന 'വിൻസെൻസോ വിവിയാനി' (Vincenzo Viviani) എഴുതിയ ഗലീലിയോയുടെ ജീവചരിത്രഗ്രന്ഥത്തിൽ പിസാ നഗരത്തിലെ ചരിഞ്ഞ ഗോപുരത്തിന്റെ മുകളിൽനിന്ന് ഒരേ വസ്തുകൊണ്ടുണ്ടാക്കിയതും വ്യത്യസ്ത പിണ്ഡങ്ങൾ (Masses) ഉള്ളതുമായ ഗോളങ്ങളെ താഴേക്ക് ഇട്ടുകൊണ്ട് നടത്തിയ പരീക്ഷണത്തെപ്പറ്റി പറ

യുന്നുണ്ട്. തറനിരപ്പിൽനിന്നും 179 അടി ഉയരമുള്ള ഗോപുരത്തിന്റെ ഏറ്റവും മുകളിൽനിന്നും രണ്ടുഗോളങ്ങളേയും ഒരേ സമയത്തുതന്നെ ഗലീലിയോ താഴേക്ക് ഇട്ടുവെന്നും രണ്ടും താഴെ ഒരേസമയത്തുതന്നെ പതിച്ചുവെന്നുമാണ് വിശദീകരിച്ചിരിക്കുന്നത്. 1591 ൽ നടത്തിയ പ്രസ്തുത പരീക്ഷണത്തിൽനിന്നും തെളിഞ്ഞത്, പതനസമയം 'പിണ്ഡം' അഥവാ 'ദ്രവ്യമാന' (Masses) ങ്ങളിൽനിന്നും സ്വതന്ത്രമാണെന്നതാണ്. ഇത്, ഭാരം കൂടിയ വസ്തു വേഗതയിൽ താഴേക്കു പതിക്കുമെന്ന് അരിസ്റ്റോട്ടിൽ പറഞ്ഞതിന് കടകവിരുദ്ധമാണ്. ഈ പരീക്ഷണത്തോടെ 'ഭാരം' സംബന്ധിച്ച് കൂടുതൽ വ്യക്തത കൈവരുകയും ചെയ്തു.

ഗലീലിയോ ഇത്തരം ഒരു പരീക്ഷണം നടത്തിയതായി പലരും ആവർത്തിക്കുന്നുണ്ടെങ്കിലും ഗലീലിയോ ഇക്കാര്യം സ്വന്തമായി ഒരിടത്തും രേഖപ്പെടുത്തിക്കാണാത്തതിനാൽ ഇത് യഥാർഥത്തിൽ നടക്കാത്ത ഒരു 'ചിന്താ പരീക്ഷണം' മാത്രമായിരിക്കാമെന്ന് ചില ചരിത്രകാരന്മാർ കരുതുന്നുണ്ട്. 1174 ൽ നിർമിക്കപ്പെട്ട പിസാ ഗോപുരം അന്നുമുതൽ ചരിയാൻ തുടങ്ങിയെന്നും ഇപ്പോൾ അത് ലംബത്തിൽനിന്നും പതിനേഴ് അടിയോളം ചരിഞ്ഞു നിൽക്കുന്നുവെന്നുമാണ് കണക്കാക്കിയിരിക്കുന്നത്. 179 അടി ഉയരമുള്ള ചരിഞ്ഞുനിൽക്കുന്ന ഗോപുരത്തിന്റെ ഏറ്റവും മുകളിൽ വ്യത്യസ്ത ഭാരമുള്ള രണ്ട് ഉണ്ടകളുമായി ഗലീലിയോ കയറി, ഉണ്ടകൾ താഴോട്ടിടുന്നതിനായി ചാഞ്ഞുനിന്നുകൊണ്ട് രണ്ടും ഒരേ സമയത്ത് താഴേക്കുവിട്ടു എന്നുപറയുന്നത് സംഭവിക്കാൻ സാധ്യതയില്ലാത്തതാണെന്ന് ശക്തമായ വാദമുണ്ട്. ഒരേ സമയത്ത് മുകളിൽനിന്നു വിട്ടാൽപോലും താഴെ പതിക്കുമ്പോൾ ഉണ്ടാകാവുന്ന ചെറിയ സമയവ്യത്യാസം കൃത്യമായി അളക്കാൻ അക്കാലത്ത് ബുദ്ധിമുട്ടായിരിക്കുമെന്നും പറയുന്നവരുണ്ട്. എന്തായാലും, പിസാ ഗോപുരത്തിൽ നിന്നും ഗലീലിയോ നടത്തിയതായി പറയപ്പെടുന്ന പരീക്ഷണം വളരെ പ്രസിദ്ധവും പ്രാധാന്യമേറിയതും പ്രസക്തവുമാണ്.

പിസായിലെ ചരിഞ്ഞ ഗോപുരം

ഒരു കെട്ടിടത്തിന്റെ മുകളിൽനിന്നും ഒരു ഈയ ഉണ്ടയും തൂവലും താഴേക്കിട്ടാൽ ഈയ ഉണ്ട പെട്ടെന്നും തൂവൽ സാവധാനത്തിലുമാണ് താഴേക്ക് പതിക്കുന്നതെന്ന്

ചൂണ്ടിക്കാട്ടി മുകളിൽ പറഞ്ഞ ഗലീലിയോയുടെ തത്വം ശരിയല്ലായെന്ന് വാദിച്ചവരുമുണ്ടായിരുന്നു. ആർക്കിമിഡീസ് തത്വങ്ങളെ അടിസ്ഥാനമാക്കി ഗലീലിയോ വിശദമാക്കിയ 'ഉത്പ്ലവകത' ('Buoyancy') (ഇവിടെ ഗുരുത്വാകർഷണത്തിനെതിരെ വായു ചെലുത്തുന്ന ബലം) ആണ് തൂവലിന്റെ പതനത്തെ മന്ദീഭവിപ്പിക്കുന്നതെന്ന് ഗലീലിയോ വ്യക്തമാക്കിയെങ്കിലും പരീക്ഷണം നടത്തിക്കാണിക്കാൻ ഗലീലിയോക്കു കഴിഞ്ഞിരുന്നില്ല. എന്നാൽ, പിസാഗോപുരപരീക്ഷണങ്ങൾ നടന്ന് 50 വർഷങ്ങൾക്കുശേഷം, ഗലീലിയോയുടെ മരണത്തിന് തൊട്ടു പിന്നാലെ, 1642 ൽ ഐറിഷ് ശാസ്ത്രജ്ഞനായ റോബർട്ട് ബോയ്ൽ നടത്തിയ പരീക്ഷണം ഗലീലിയയുടെ നിഗമനം ശരിവച്ചു. ഒരു ഗ്ലാസ്ജാറിൽനിന്നും വായു മുഴുവൻ പമ്പ് ചെയ്ത് പുറത്താക്കിയശേഷം ഒരു ഈയ ഉണ്ടയും ഒരു തൂവലും ഒരേ സമയത്ത് ജാറിന്റെ മുകളിൽനിന്നും താഴേക്ക് ഇട്ടപ്പോൾ ഗുരുത്വബലംകൊണ്ട് അവ താഴേക്കു വരുകയും ഒന്നിച്ച് ജാറിന്റെ ചുവട്ടിൽ പതിക്കുകയും ചെയ്തു.

ഏതുവസ്തുവാണെങ്കിലും താഴേക്കു പതിക്കുന്നത് ഒരുപോലെയാണെങ്കിൽ താഴേക്ക് വീഴുമ്പോൾ അതിന്റെ വേഗത അനുനിമിഷം വർധിച്ചുകൊണ്ടേയിരിക്കുമെന്നും ഏകസമാനത്വരണത്തോടെ സഞ്ചരിക്കുന്ന ആ വസ്തുവിന്റെ ചലനം സമയവർഗനിയമത്തിന് അനുസരണമായിരിക്കുമെന്നും നേരത്തെ വ്യക്തമാക്കുകയുണ്ടായല്ലോ. ഇക്കാര്യങ്ങൾ പരീക്ഷണം നടത്തി ബോധ്യപ്പെടുത്താനുള്ള ശ്രമം 1593 ൽ ഗലീലിയോ ആരംഭിച്ചു. താഴോട്ടുവീഴുന്ന ഒരു വസ്തുവിനെ നിരീക്ഷിച്ചുകൊണ്ട് അതിന്റെ വേഗത കൂടുന്നുണ്ടോ എന്നറിയാൻ കഴിയില്ലല്ലോ. ഒരു ചരിഞ്ഞ പലകയിലൂടെ ഒരു ഉണ്ട ഉരുട്ടിവിട്ടാൽ സ്വതന്ത്രമായി വീഴുന്നതിനേക്കാൾ വേഗത കുറഞ്ഞായിരിക്കുമല്ലോ അത് ഉരുളുക. ചരിഞ്ഞ പലകയിലൂടെ ഉണ്ട ഉരുട്ടിവിട്ടുകൊണ്ട്, മുകളിൽനിന്നും സാവധാനത്തിൽ വരുന്ന ഉണ്ട താഴോട്ടുവരുന്തോറും വേഗത കൂടിക്കൂടി വരുന്നതായി ഗലീലിയോ ആളുകൾക്ക് കാണിച്ചുകൊടുത്തു.

സമയവർഗനിയമം തെളിയിക്കുന്നതിനായി 1604 ൽ ചരിവ് പലക (Inclined plane) ഉപയോഗിച്ച് ഗലീലിയോ നിരവധി പരീക്ഷണങ്ങൾ നടത്തി. 22 അടിനീളവും ഒരു അടി വീതിയും 2 ഇഞ്ച് കനവും ഉള്ള ഒറ്റത്തടിയിൽ ഒരു കൈവിരൽ കനത്തിൽ ചാല് ചെത്തിയുണ്ടാക്കിയിട്ട് അതിൽ ചർമപത്രം ഒട്ടിച്ചു. തടിയുടെ ചരിവ് ആവശ്യാനുസരണം മാറ്റുന്നതിനുള്ള സജ്ജീകരണവും ഉണ്ടായിരുന്നു. ഈ തടി ചരിച്ചുവച്ചിട്ട് ഒരു ലോഹഗോളം ചാലിലൂടെ താഴേക്ക് ഉരുട്ടിവിട്ടു. ഗോളം മുകളിൽനിന്നും താഴേക്ക് എത്തുന്നതിനുവേണ്ടി എടുത്ത സമയം ജലഘടികാരം ഉപയോഗിച്ച് അളന്നു. അതായത് ഒരു നിശ്ചിത ലെവലിൽ നിൽക്കുന്ന വെള്ളത്തെ, ഉണ്ട താഴേക്ക് ഉരുളുന്ന സമയത്തിൽ, ഒഴുക്കിയിട്ട് അതിന്റെ ഭാരം കാണുകയായിരുന്നു. ഉരുളുന്ന പ്രതലത്തിന്റെ ഘർഷണവും മാധ്യമത്തിന്റെ തടസവും അവഗണിക്കാവുന്ന തോതിൽ ആയതിനാൽ

'സമയവർഗനിയമം' പരീക്ഷണത്തിലൂടെ തെളിയിക്കാൻ ഗലീലിയോയ്ക്ക് കഴിഞ്ഞു. പല ചരിവുകളിൽ വച്ചും തടിയുടെ നീളം വർധിപ്പിച്ചും പരീക്ഷണം ആവർത്തിക്കുകയുണ്ടായി. അങ്ങനെ, ഗലീലിയോ വീഴുന്നവസ്തുക്കളുടെ നിയമം തെളിയിച്ചു.

ചരിവു പലക ഉപയോഗിച്ചുകൊണ്ടുള്ള തന്റെ പരീക്ഷണങ്ങൾ ഗലീലിയോ തുടർന്നുകൊണ്ടേയിരുന്നു. മുകളിൽ പറഞ്ഞതുപോലുള്ള ചരിവുപലകകൾ രണ്ടെണ്ണം എടുത്തിട്ട് അതിന്റെ കീഴറ്റം നല്ല ഒരു വളവുകൊണ്ട് ഒരുമിച്ചു ചേർത്തു. ഇടതുവശത്തെ പലക എത്രമാത്രം ഇടത്തോട്ടു ചെരിഞ്ഞിരിക്കുന്നുവോ അത്രയും തന്നെ വലതുവശത്തെ പലക വലത്തോട്ട് ചരിഞ്ഞിരിക്കുന്ന രീതിയിൽ സജ്ജീകരിച്ചു. ചാലുകളുടെ പ്രതലം വളരെയേറെ മിനുസപ്പെടുത്തിയിരുന്നതിനാൽ ഒരു ചാലിലൂടെ ഇറങ്ങിവരുന്ന ഗോളം മറ്റേ ചാലിലൂടെ മുകളിലേക്ക് കയറുന്ന രീതിയിലായിരുന്നു. ഒരു വശത്തെ പലകയിലെ ചാലിലൂടെ ഒരു ഉയരത്തിൽനിന്ന് ഗോളത്തെ ഉരുട്ടിവിട്ടു നിരീക്ഷിച്ചപ്പോൾ മറ്റേ പലകയിലെ ചാലിൽ അതേ ഉയരത്തിലേക്ക് ഉരുണ്ടുകയറി എത്തുന്നതായി കണ്ടു. പല ഉയരത്തിൽ ഈ പരീക്ഷണം ആവർത്തിച്ചു നോക്കിയപ്പോൾ ഇതേ രീതിയിൽ തന്നെ അനുവർത്തിക്കുന്നതായി മനസിലായി. ചെരിവു തലത്തിലൂടെ താഴേക്ക് ഉരുളുമ്പോൾ ത്വരണവും മറ്റേ ചാലിലൂടെ കയറുമ്പോൾ മന്ദീകരണവും സംഭവിക്കുന്നുവെന്ന് ഗലീലിയോ മനസിലാക്കി. അതായത്, പ്രതിരോധം ഒട്ടുമില്ലാത്ത വിധത്തിൽ മിനുസപ്പെടുത്തിയ, നിരപ്പായ ഒരു പ്രതലത്തിലൂടെ ഒരു ഗോളത്തെ ശക്തിയായി ഉരുട്ടിവിട്ടാൽ അതിന്റെ ചലനം തുടർന്നുകൊണ്ടേയിരിക്കണം. അങ്ങനെ, താൻ നേരത്തേ ആവിഷ്കരിച്ച 'ജഡത്വം' (Inertia) എന്ന തത്വത്തെ ഗലീലിയോ പരീക്ഷണങ്ങളിലൂടെ തെളിയിക്കുകയായിരുന്നു.

വെനീസിലുണ്ടായിരുന്ന സമയത്ത് അവിടത്തെ സൈനികമേധാവികൾക്ക് ആവശ്യമുള്ള കണക്കുകൂട്ടാനുള്ള യന്ത്രങ്ങൾ രൂപകൽപ്പന ചെയ്തും അവ നിർമിച്ച് വിറ്റും പുറം വരുമാനം ഉണ്ടാക്കുന്ന രീതി ഗലീലിയോയ്ക്കുണ്ടായിരുന്നു. ഈ സാഹചര്യം പീരങ്കികളിൽനിന്നും പായുന്ന ഉണ്ടകളുടെ സഞ്ചാരപഥത്തെപ്പറ്റി ആലോചിക്കാൻ ഇടവരുത്തി. തുടർന്ന്, എല്ലാവിധ പ്രക്ഷേപങ്ങളുടേയും (Projectiles) സഞ്ചാരത്തെ സംബന്ധിച്ച് ഗലീലിയോ ചിന്തിച്ചു. തോക്കിൽനിന്നും പായുന്ന വെടിയുണ്ട, വില്ലിൽനിന്നും കുതിക്കുന്ന അമ്പ്, മുകളിലേക്ക് വലിച്ചെറിയുന്ന കല്ല് ഇവയെല്ലാം നേർരേഖയിൽ സഞ്ചരിക്കുന്നുവെന്നാണ് പൊതുവേ കരുതിയിരുന്നത്. എന്നാൽ ഇവയുടെ പാത വക്രരേഖ ആയിരിക്കുമെന്ന് ഡാവിഞ്ചി മനസിലാക്കിയിരുന്നു. പീരങ്കിയിൽനിന്നും പായുന്ന ഉണ്ടകളുടെ ചിത്രം അദ്ദേഹം കൃത്യമായി വരച്ചിരുന്നു. ഇതെല്ലാം അദ്ദേഹത്തിന്റെ നോട്ടുബുക്കിൽ കിടന്നതേയുള്ളൂ. എന്നാൽ ഗലീലിയോ ഇത് പരീക്ഷണം നടത്തി തെളിയിച്ചുകൊടുക്കുകയും വെടിയുണ്ടയുടെ പാത എന്തുകൊണ്ടാണ് വക്രമാകുന്നതെന്ന് ആദ്യമായി വിശദീകരിക്കുകയും

ചെയ്തു. ഒരു വസ്തുവിൽ ഒരു സമയത്ത് ഒരു ബലത്തെ മാത്രമേ പ്രയോഗിക്കാൻ കഴിയുകയുള്ളൂവെന്ന പരമ്പരാഗതമായ വിശ്വാസം തിരുത്തപ്പെടേണ്ടതാണെന്ന് ഗലീലിയോ വ്യക്തമാക്കി. രണ്ടുതരം ബലങ്ങളുടെ കൂട്ടായ പ്രവർത്തനഫലമായാണ് വെടിയുണ്ട സഞ്ചരിക്കുന്നത്. എറിയുമ്പോൾ മുന്നോട്ടു നൽകുന്ന ബലവും ഗുരുത്വാകർഷണത്തിന്റേതായി താഴോട്ടുള്ള ബലവും. ഇത് രണ്ടും ചേർന്നുള്ള പ്രവർത്തനഫലമായാണ് ഉണ്ട വക്രരേഖയിൽ സഞ്ചരിക്കുന്നത്.

ഒരു ചരിവ് തലം ഉപയോഗിച്ച് നടത്തിയ പരീക്ഷണത്തിലൂടെ ഗലീലിയോ ഇത് തെളിയിച്ചു. നല്ല വിസ്തൃതിയുള്ള ഒരു പലക ചരിച്ചു വച്ച് അതിന്റെ മുകളറ്റത്തുനിന്നും ഒരു ഉണ്ടയെ മുന്നോട്ട് ശക്തിയായി തട്ടിവിട്ടു. അത് പലകയുടെ പ്രതലത്തിൽ വളഞ്ഞ പാതയിലൂടെ സഞ്ചരിക്കുന്നതായി ആളുകൾക്ക് കാണിച്ചുകൊടുത്തു.

സഞ്ചരിച്ചുകൊണ്ടിരിക്കുന്ന ഒരു കപ്പലിന്റെ പാമരത്തിന്റെ മുകളിൽ നിന്നും ഒരു ഉണ്ട താഴേക്കിട്ടാൽ അത് പാമരത്തിന്റെ ചുവട്ടിൽ തന്നെ പതിക്കുമെന്നും കപ്പലിന്റെ മറ്റൊരു ഭാഗത്തല്ലായെന്നും ഗലീലിയോ ചൂണ്ടിക്കാണിച്ചു. താഴേക്കിടുന്ന സമയത്ത് ഉണ്ട കപ്പലിന്റെ അതേ വേഗതയിൽ കപ്പലിൽ തന്നെ സഞ്ചരിച്ചുകൊണ്ടിരിക്കുന്നതിനാൽ ഉണ്ട രണ്ടുതരത്തിലുള്ള ബലത്തിന് ഒരേ സമയം വിധേയമാകുന്നു: ഒന്ന്, കപ്പലിനേയും ഉണ്ടയേയും മുന്നോട്ടു ചലിപ്പിക്കുന്ന ബലം; രണ്ട്, താഴേക്കു വലിക്കുന്ന ഭൂമിയുടെ ഗുരുത്വാകർഷണബലം. ഇതുരണ്ടും ചേർന്നായിരിക്കും വസ്തുവിന്റെ സഞ്ചാരപഥം നിർണയിക്കുന്നത്. ഇക്കാരണത്താൽ എറിയപ്പെടുന്ന ഏതൊരു വസ്തുവിന്റെയും സഞ്ചാരപഥം പരാബോള (Parabola) ആയിരിക്കുമെന്ന നിഗമനത്തിൽ ഗലീലിയോ എത്തി. 1608ൽ അദ്ദേഹം അത് പ്രഖ്യാപിക്കുകയും ചെയ്തു. സമതലത്തിന് 45 ഡിഗ്രി മുകളിലോട്ട് എറിയപ്പെടുന്ന വസ്തു ഏറ്റവും അകലെ പതിക്കുമെന്ന് ഗലീലിയോ കണക്കാക്കി. ഉണ്ട എവിടെ പതിക്കണമെന്ന് കണക്കുകൂട്ടി വെടിവയ്ക്കാൻ സൈനികർക്ക് ഈ കണ്ടുപിടിത്തം വളരെയേറെ പ്രയോജനപ്പെട്ടു.

ഭൂമി കറങ്ങുന്നില്ല എന്ന വാദം തെറ്റാണെന്ന് തെളിയിക്കാൻ ഗലീലിയോ ഒരു പരീക്ഷണം നടത്തിയത്രെ. അത് ഒരു 'ചിന്താ പരീക്ഷണ'മായിരിക്കാമെന്ന് പറയപ്പെടുന്നുണ്ട്. ഇത് അറിയപ്പെടുന്നത് 'ഗലീലിയോയുടെ കപ്പൽ' (Galileo's Ship) പരീക്ഷണം എന്നാണ്. 1632 ൽ പ്രസിദ്ധീകരിക്കപ്പെട്ട ഗലീലിയോയുടെ പുസ്തകമായ *രണ്ടു മുഖ്യ ലോകവ്യവസ്ഥകളെ സംബന്ധിച്ച സംവാദം (Dialogue Concerning the Two Chief World Systems- ഡയലോഗോ സൊപ്ര ഐ ദു മസിമിസിസ്റ്റമി ദെൽമൊണ്ടോ)* എന്ന പുസ്തകത്തിലെ മുഖ്യ കഥാപാത്രമായ സൽവ്യാറ്റസ് ആണ് പരീക്ഷണത്തെപ്പറ്റി വിശദീകരിക്കുന്നത്: "ഒരു വലിയ കപ്പലിന്റെ ഡെക്കിനു താഴെയുള്ള പ്രധാന ക്യാബിനിൽ പുറത്തേക്ക് കാണാൻ പറ്റാത്തരീതിയിൽ നിങ്ങൾ സുഹൃത്തുക്കളുമായി അടച്ചിരി

ക്കുക. ഏതാനും ശലഭങ്ങളും ചെറിയ പറവകളും വലിയ ഒരു പാത്രത്തിൽ കുറേ മത്സ്യങ്ങളും അതിനുമുകളിൽ തുള്ളിത്തുള്ളിയായി വെള്ളം ഇറ്റിറ്റ് വീഴുന്ന രീതിയിൽ തൂക്കിയിടപ്പെട്ട ഒരു കുപ്പിയും ക്യാബിനകത്ത് ഉൾക്കൊള്ളിക്കുക. കപ്പൽ നിശ്ചലമായിരിക്കുന്ന സമയത്ത് ഇവയെല്ലാം എങ്ങനെ ചലിക്കുന്നുവെന്ന് ശ്രദ്ധിക്കുക. സ്വതന്ത്രമായി ഒരേ പോലെ എല്ലാ ദിശയിലേക്കും പറക്കുകയോ നീങ്ങുകയോ ചെയ്യുന്നതു കാണാം. നിങ്ങൾ ഒരു സുഹൃത്തിനെ എറിയുകയും ഒരു നിശ്ചിതദിശയിൽ രണ്ടുചുവട് ചാടിയും നോക്കുക. ഇതിനുശേഷം കപ്പൽ ഉലയാതെ ഏകസമാനചലനം (ഏതെങ്കിലും ഒരു വേഗതയിലും ഏതെങ്കിലും ഒരു ദിശയിലും) നടത്തട്ടെ. കപ്പലിനകത്ത് നേരത്തെ നിരീക്ഷിച്ചതിൽനിന്നും വ്യത്യസ്തമായി ഒന്നും സംഭവിക്കുന്നില്ലായെന്ന് കാണാം. ശലഭങ്ങളുടേയും പറവകളുടേയും മത്സ്യങ്ങളുടേയും ചലനത്തിലോ നേരത്തേ എറിഞ്ഞ ദൂരത്തേക്ക് എറിയുന്നതിലോ അതേ ദൂരം ചാടുന്നതിലോ ഒരു വ്യത്യാസവും കാണുന്നില്ല. അതേ പോലെതന്നെ, കുപ്പിയിൽനിന്നും ഇറ്റു വീഴുന്ന വെള്ളത്തുള്ളിയുടെ കാര്യത്തിലും നേരത്തേ വീഴുന്ന രീതിയിൽ തന്നെ വീഴുന്നതായി കാണാം. ഏതെങ്കിലും വശത്തേക്ക് ചാഞ്ഞുവീഴുന്നില്ല.........". "ഒരു വ്യവസ്ഥ (System)യ്ക്ക് അകത്തിരുന്ന് നിരീക്ഷിക്കുകയാണെങ്കിൽ, അത് നിശ്ചലാവസ്ഥയിലായാലോ നേർവരയിലൂടെ വേഗത വ്യത്യാസമില്ലാതെ സഞ്ചരിച്ചാലോ തിരിച്ചറിയാൻ കഴിയില്ല. അതിനാൽ ഏതെങ്കിലും രണ്ടു വ്യവസ്ഥകൾ ത്വരണമില്ലാതെ സഞ്ചരിച്ചാൽ സമാനമായിരിക്കണം; ത്വരണമില്ലാത്ത ചലനം ആപേക്ഷികമായിരിക്കും. അങ്ങനെ, ആപേക്ഷികതയുടെ അടിസ്ഥാനതത്വം ഗലീലിയോ മുന്നോട്ടു വച്ചു: "ഏതു ദിശയെന്നോ ഏതു വേഗതയെന്നോ പരിഗണിക്കാതെ, നേർവരയിലൂടെ ഒരേ വേഗതയിൽ സഞ്ചരിക്കുന്ന ഒരു വ്യവസ്ഥയിൽ ഭൗതികനിയമങ്ങൾ (Laws of Physics)ക്ക് വ്യത്യാസമുണ്ടാകുകയില്ല." അതുകൊണ്ട്, കേവലമായ ചലനമോ (Absolute motion) കേവലമായ സ്വസ്ഥതയോ (absolute rest) ഇല്ല. ഈ സിദ്ധാന്തം ന്യൂട്ടന്റെ ചലനനിയമങ്ങൾക്ക് അടിസ്ഥാനചട്ടക്കൂട് ഉണ്ടാക്കാൻ കാരണമാവുകയും ഐൻസ്റ്റയിന്റെ സവിശേഷ ആപേക്ഷികതാ സിദ്ധാന്തത്തിന്റെ (Special Theory of Relativity) കേന്ദ്രബിന്ദുവാകുകയും ചെയ്തു.

കാന്തത

1600 ൽ വില്യം ഗിൽബെർട്ടിന്റെ (William Gilbert) *ദെ മാഗ്നെറ്റേ (De Magnete)* പ്രസിദ്ധീകരിക്കപ്പെട്ടതോടെയാണ് ഗലീലിയോയ്ക്ക് കാന്തത (Magnetism)യിൽ താൽപ്പര്യം ഉണ്ടായത്. ഗലീലിയോ നിരവധി പരീക്ഷണങ്ങൾ കാന്തസൂചി (Magnetic Needle) ഉപയോഗിച്ച് ചെയ്തിരുന്നു. തുടർന്നുള്ള പരീക്ഷണങ്ങൾ വഴി അദ്ദേഹം ഭൂമിയുടെ കാന്തികബലം (Magnetic Force of the Earth) കണ്ടുപിടിക്കുകയും

കാന്തിക ദിക്സൂചക (Magnetic Campus)ത്തിന്റെ നൂലാമാലകൾ വിശദീകരിക്കുകയും ചെയ്തു. 1600–1609 കാലഘട്ടത്തിൽ കാന്തതയെ സംബന്ധിച്ച് പവോലോ സർപി (Paolo Sarpi), ജിയോവൻ ഫ്രാൻസെസ്കോ സഗ്രിദോ (Giovanfrancesco Sagredo) എന്നിവരുമായി ചർച്ച ചെയ്യുമായിരുന്നു. 1608 ൽ പ്രഭു ഫെർഡിനന്റ് രണ്ടാമന് ഒരു കാന്തം സമ്മാനിക്കുകയും ചെയ്തു.

പ്രകാശവേഗത

പ്രകാശം സൂര്യനിൽനിന്നും ഭൂമിയിലെത്താൻ സമയം എടുക്കുന്നുണ്ടോ എന്നത് അരിസ്റ്റോട്ടിലിന്റെ കാലത്തിനുമുമ്പേതന്നെ തർക്കവിഷയമായിരുന്നു. സൂര്യനിൽ പുറപ്പെടുന്ന അതേ നിമിഷം തന്നെ ഭൂമിയിലും പ്രകാശം കാണുമെന്നും പ്രകാശം സഞ്ചരിക്കാൻ സമയമെടുക്കുന്നില്ലായെന്നും അരിസ്റ്റോട്ടിൽ കരുതിയിരുന്നു. എന്തിന്, ദെക്കാർത്തേ (Descartes)പോലും അത്തരത്തിൽ വിശ്വസിച്ചിരുന്നു. എന്നാൽ, പ്രകാശം സഞ്ചരിക്കുന്നുവെന്നും അതിന് സമയമെടുക്കുമെന്നും ഗലീലിയോ പ്രസ്താവിച്ചു. വെടിപൊട്ടുമ്പോൾ ഒച്ച കേൾക്കുന്നതിനുമുമ്പായി വെളിച്ചം (Flash) കാണുന്നതിനു കാരണം പ്രകാശത്തിന്റെ വേഗത ശബ്ദത്തിന്റെ വേഗതയെക്കാൾ കൂടിയതുകൊണ്ടാണെന്ന് ഗലീലിയോ അഭിപ്രായപ്പെട്ടു. 1638ൽ പ്രകാശത്തിന്റെ വേഗത അളക്കാനുള്ള ഒരു ശ്രമം ഗലീലിയോ നടത്തി. ഏതാണ്ട് ഒരു മൈൽ അകലത്തിലുള്ള രണ്ടു കുന്നുകളിൽ ഓരോ നിരീക്ഷകനെ നിറുത്തി. അവരുടെ കൈയിൽ വേഗത്തിൽ അടയ്ക്കാനും തുറക്കാനും കഴിയുന്ന വിധത്തിൽ അടപ്പ് (Shutter) ഉള്ള വിളക്ക് കൊടുത്തു. ഒന്നാമത്തെ വിളക്കിന്റെ അടപ്പു തുറക്കുമ്പോൾ വരുന്ന വെളിച്ചം രണ്ടാമൻ കണ്ടാലുടൻ അയാളുടെ കൈയിലുള്ള വിളക്കിന്റെ അടപ്പു തുറക്കുകയും അതിൽ നിന്നുള്ള വെളിച്ചം ഒന്നാമൻ കാണുന്നസമയം നോക്കിക്കൊണ്ട് പ്രകാശത്തിന്റെ വേഗത കണ്ടുപിടിക്കാമെന്ന് ഗലീലിയോ കരുതി. രണ്ടു കുന്നുകളിലേയും വിളക്കുകൾക്കിടയിലെ ദൂരത്തിന്റെ ഇരട്ടിയെ, ഒന്നാമത്തെ അടപ്പ് തുറക്കുന്നതുമുതൽ ഒന്നാമൻ രണ്ടാമത്തെ വിളക്കിലെ വെളിച്ചം കാണുന്നതുവരെയുള്ള സമയംകൊണ്ട് ഹരിച്ചാൽ വേഗതകിട്ടാമല്ലോ. ഇതിനായിരുന്നു ശ്രമം. പക്ഷേ, സമയവ്യത്യാസം കണക്കാക്കാൻ പ്രായോഗികമായി സാധ്യമല്ലാതെ പോയതിനാൽ ആ പരീക്ഷണം വിജയിക്കുകയുണ്ടായില്ല. ഒരു മൈൽ ദൂരം പ്രകാശം സഞ്ചരിക്കാനെടുക്കുന്ന സമയം ഏകദേശം 0.000005 സെക്കന്റ് മാത്രമാണെന്ന് ഇന്ന് നമുക്കറിയാം. അക്കാലത്ത് ഈ തോതിൽ അളക്കുക അസാധ്യമായിരുന്നല്ലോ. എന്നാൽ, ഗലീലിയോ ഇവിടെ അനുവർത്തിച്ച രീതി ശബ്ദത്തിന്റെ വേഗത കണ്ടുപിടിക്കാൻ പിൽക്കാലത്ത് ഉപയോഗപ്പെടുത്തിയതായി കാണാം. മാത്രമല്ല, പ്രകാശത്തിന്റെ വേഗത ശബ്ദത്തിന്റെ വേഗതയെക്കാൾ വളരെവളരെ കൂടുതലാണെന്ന് തെളിയിക്കുകയും ചെയ്തു.

ദൂരദർശിനി (Telescope)

ഹാൻസ് ലിപ്പർഷേ

ദർപ്പണങ്ങളിലോ ലെൻസുകളിലോ പതിച്ചാൽ പ്രകാശത്തിനുണ്ടാകുന്ന സ്വഭാവവിശേഷങ്ങൾ മധ്യകാലഘട്ടത്തിലെ അറബികൾ മനസിലാക്കിയിരുന്നു. ലെൻസ് ഉപയോഗിച്ചാൽ വസ്തുക്കളെ വലുതായി കാണാമെന്നും അക്കാലത്ത് പൊതുവെ അറിയാമായിരുന്നു. ദർപ്പണങ്ങളും ലെൻസുകളും ഉരച്ച് ഉണ്ടാക്കിയിരുന്നത് കരകൗശലവേലക്കാരായിരുന്നു. ഇവർതന്നെ കണ്ണടകളും നിർമിച്ച് നൽകുമായിരുന്നു. 1570 ൽ പശ്ചിമ ജർമനിയിലെ 'വെസൽ' (Wesel) എന്ന സ്ഥലത്ത് ജനിച്ച് പിന്നീട് നെതർലാന്റ്സിലെ മിഡിൽബർഗിൽ സ്ഥിരംതാമസമാക്കിയ 'ഹാൻസ് ലിപ്പർഷേ' അഥവാ 'ജോഹന്നസ് ലിപ്പർഷേ' (Johannes (Hans) Lippershey) ലെൻസുകളും കണ്ണടകളും നിർമിച്ച് വിൽപ്പന നടത്തുന്ന ആളായിരുന്നു. ഇടക്കാലത്ത് വിൽപ്പന മന്ദീഭവിച്ചിരുന്ന സമയത്ത് അയാളുടെ ഒരു തൊഴിലാളി ലെൻസുകൾ വച്ച് കളിക്കുകയായിരുന്നു. രണ്ടു ലെൻസുകൾ ഒരു പ്രത്യേകരീതിയിൽ വച്ചു നോക്കിയപ്പോൾ ദൂരെയുള്ള വസ്തുക്കൾ അടുത്തായി കണ്ടു. ഇതറിഞ്ഞ ലിപ്പർ ഷേ ഒരു കുഴലിന്റെ രണ്ടറ്റത്തായി ഓരോ ലെൻസുകളെ പിടിപ്പിച്ച് തൊട്ടടുത്ത പള്ളിയെ നോക്കിയപ്പോൾ അത് വലുതും അടുത്തുമായി കണ്ടു. അങ്ങനെ, ഒരു കുഴലിന്റെ ഒരറ്റത്ത് ഉത്തലലെൻസും (Convex lens - കോൺവെക്സ് ലെൻസ്) മറ്റേ അറ്റത്ത് അവതലലെൻസും (Concave lens - കോൺകേവ് ലെൻസ്) ഘടിപ്പിച്ച് ദൂരെക്കാഴ്ചയ്ക്കുള്ള ഉപകരണം ഉണ്ടാക്കി. ദൂരെയുള്ള വസ്തുക്കളെ മൂന്നു മടങ്ങ് വലുതായി കാണുന്നതായി ലിപ്പർഷേ മനസിലാക്കി. ഈ ഉപകരണം നിർമിച്ച് വിൽക്കാൻ ലിപ്പർഷേ തീരുമാനിച്ചു. ഇതിനെ 'പെഴ്സ്പിസിലം' (Perspicillum) അഥവാ 'ഡച്ച് പെഴ്സ്പെക്ടീവ് ഗ്ലാസ്' എന്നാണ് വിളിച്ചിരുന്നത്. ചാരഗ്ലാസ് (Spyglass) എന്നും അറിയപ്പെട്ടിരുന്നു. 1608 ൽ പേറ്റന്റിനായി 'ലിപ്പെർഷേ' ഡച്ച് സർക്കാരിൽ അപേക്ഷ നൽകിയെങ്കിലും പേറ്റന്റ് നൽകിയില്ലായെന്നു മാത്രമല്ല, വിവരം രഹസ്യമാക്കി വയ്ക്കുകയും ചെയ്തു. കപ്പലുകളേയും മറ്റും അടുത്തുകാണാവുന്ന ഈ ഉപകരണം യുദ്ധത്തിന് വളരെ പ്രയോജനപ്പെടുമെന്ന് കണ്ടിട്ടാണ് ഡച്ച് സർക്കാർ ഇത് രഹസ്യമാക്കിവച്ചത്. എന്നാലും, പട്ടാളത്തിന്റെ ഉപയോഗത്തിനായി ഇത്തരം ധാരാളം ഉപകരണങ്ങൾ ലിപ്പർഷേയെക്കൊണ്ട് ഉണ്ടാക്കിക്കുകയും അതിന് നല്ല പ്രതിഫലം നൽകുകയും ചെയ്തു. 1608 ൽ തന്നെ നെതർലാന്റ്സിലെ സക്കറിയാസ് ജാൻസെൻ (Zacharias

സക്കറിയാസ് ജാൻസെൻ

Jansen), ജേക്കബ് മെറ്റിയസ് (Jacob Metius) തുടങ്ങിയവർ ഈ പുത്തൻ ഉപകരണം അവരാണ് കണ്ടുപിടിച്ചതെന്ന അവകാശവാദമുന്നയിച്ചു മുന്നോട്ടുവരുകയും പേറ്റന്റിനുള്ള അപേക്ഷ സർക്കാരിൽ സമർപ്പിക്കുകയും ചെയ്തു. 1580 ൽ നെതർലാന്റ്സിലെ ഹേഗിൽ ജനിച്ച സക്കറിയാസ് ജാൻസനാണ് ആദ്യമായി ഇത് കണ്ടുപിടിച്ചതെന്നും, ഉടനെ വേണ്ടത്ര പ്രചാരം നൽകാൻ ശ്രദ്ധിക്കാത്തതും പേറ്റന്റിന് അപേക്ഷിക്കാൻ താമസിച്ചതും കാരണമാണ് ലിപ്പർഷേക്ക് അനുകൂലമായി തീരുമാനമെടുക്കാൻ സർക്കാരിനെ പ്രേരിപ്പിച്ചതെന്നുമാണ് കരുതപ്പെടുന്നത്. എന്തായാലും ഡച്ച് സർക്കാർ ലിപ്പർഷേയ്ക്ക് 'പെഴ്പിസില'ത്തിന്റെ പേറ്റന്റ് നൽകി. പേറ്റന്റ് അനുവദിച്ചുകൊണ്ടുള്ള ഉത്തരവിൽ സ്റ്റേറ്റ് ജനറൽ പ്രസ്താവിച്ചു: "ആരാദ്യം നിർമിച്ചു എന്നതല്ല പ്രധാനം ആരാദ്യം ജനോപകാരപ്രദമായി ലഭ്യമാക്കി എന്നതാണ്."

ദൂരെയുള്ള ഒരു വസ്തുവിനെ അടുത്തുകാണാനുള്ള ഒരു ഉപകരണം നെതർലാന്റ്സിൽ കണ്ടുപിടിക്കപ്പെട്ടതായും അവ ധാരാളമായി വിൽക്കപ്പെടുന്നതായുള്ള വിവരം 1609 മേയ് മാസത്തിൽ വെനീസ് സന്ദർശനസമയത്താണ് ഗലീലിയോയുടെ ചെവിയിൽ എത്തുന്നത്. അത്തരത്തിലൊന്നു വാങ്ങുന്നതിനു പകരം സ്വന്തമായി ഉണ്ടാക്കാമെന്ന് ഗലീലിയോ നിശ്ചയിച്ചു. 1609 ജൂണിൽ പാദുവയിൽ തിരിച്ചെത്തിയതിന്റെ അടുത്തദിവസം, സർവകലാശാലയിലെ തന്റെ ഉപകരണനിർമാണ വിദഗ്ധന്റെ സഹായത്തോടെ ഒറ്റദിവസം കൊണ്ട് ലിപ്പർഷേയുടെ ഉപകരണത്തിന് സമാനമായ ഒന്നുണ്ടാക്കി. കറുത്തീയത്തിന്റെ ഒരു കുഴലുണ്ടാക്കി അതിന്റെ ഒരറ്റത്ത് ഒരു കോൺവെക്സ് ലെൻസും മറ്റേ അറ്റത്ത് ഒരു കോൺകേവ് ലെൻസും പിടിപ്പിച്ചാണ് ഗലീലിയോ തന്റെ ആദ്യത്തെ പെഴ്സ്പിസിലം ഉണ്ടാക്കിയത്. ഇതും ദൂരെയുള്ള വസ്തു

ജേക്കബ് മെറ്റിയസ്

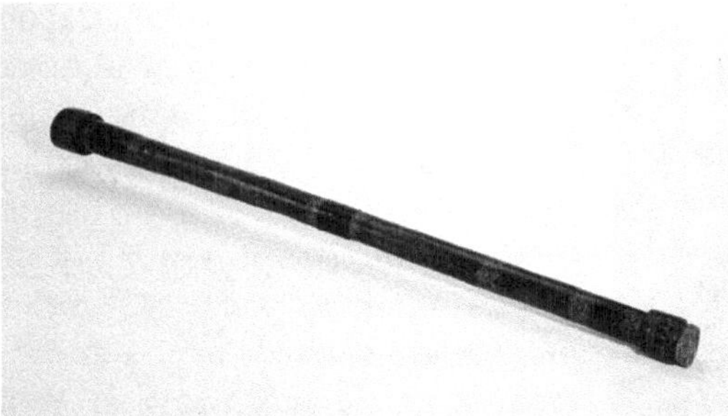

ഗലീലിയോയുടെ ടെലസ്കോപ്പ്

ക്കളെ മൂന്ന് മടങ്ങ് വലുതായി കാണിക്കുമായിരുന്നു. അതായത് പ്രവർധനശേഷി (magnification): 3 (സാങ്കേതികമായി എഴുതുന്നത് 3× എന്ന്). തുടർന്ന് പ്രവർധനശേഷി കൂടുതലുള്ളവ (32× വരെ) ആ വർഷം അവസാനത്തോടുകൂടി ഗലീലിയോ നിർമിക്കുകയുണ്ടായി. പ്രവർധനശേഷി കൂടിയ തന്റെ ഉപകരണങ്ങളുമായി ഗലീലിയോ വീണ്ടും വെനീസിൽ എത്തുകയും അവയുടെ പ്രദർശനം നടത്തി വലിയ പ്രചരണം നൽകുകയും ചെയ്തു. എട്ടുമടങ്ങ് പ്രവർധനശേഷിയുള്ള ഒന്ന് 1609 ആഗസ്റ്റ് 25ന് വെനീസിലെ സെനറ്റിന് ഗലീലിയോ സംഭാവന നൽകി. അതിലൂടെ വെനീഷ്യൻ ഭരണാധികാരികൾക്ക് ആകാശദൃശ്യങ്ങൾ കാണിച്ചു കൊടുത്തു. യൂറോപ്പിലാകെയും (കെപ്ലർക്ക് ഉൾപ്പെടെ) താൻ നിർമിച്ച പെഴ്സ്പിസിലം അയച്ചുകൊടുത്തു. അത് ഒരു ലോകാത്ഭുതമായി എല്ലാവരും കണ്ടു. ഇതിനിടയിൽ 1609 ഒക്ടോബർ അവസാനം ഇരുപത് മടങ്ങ് ശേഷിയുള്ള (20×) ഉപകരണത്തെ ആകാശത്തേക്ക് തിരിച്ചുവച്ചുകൊണ്ട് ചന്ദ്രനേയും ഗ്രഹങ്ങളേയും നക്ഷത്രങ്ങളേയും അതിലൂടെ വീക്ഷിച്ചു. അതിശയകരമായിരുന്നു കാഴ്ചകൾ.

ഇംഗ്ലീഷുകാരനായ വാനനിരീക്ഷകൻ തോമസ് ഹാരിയറ്റ് (Thomas Harriot), 1609 ജൂലൈ 26ന്, താനുണ്ടാക്കിയ ആറുമടങ്ങ് ശേഷിയുള്ള (6 ×) പെഴ്സ്പിസിലം ഉപയോഗിച്ച്, ലണ്ടൻ നഗരത്തിനടുത്തു നിന്നുകൊണ്ട് ചന്ദ്രനെ നിരീക്ഷിക്കുകയും അതിലൂടെ കണ്ടതനുസരിച്ചുള്ള ചന്ദ്രന്റെ ഉപരിതലചിത്രം വരയ്ക്കുകയും ചെയ്തു. ആ ചിത്രത്തിൽ ചന്ദ്രോപരിതലത്തിലെ കുന്നുകളും ഗർത്തങ്ങളും കൃത്യമായിത്തന്നെ രേഖപ്പെടുത്തിയിട്ടുണ്ടായിരുന്നു. ഇംഗ്ലണ്ടിൽ നടന്ന ഈ നിരീക്ഷണത്തിന് വേണ്ടത്ര പ്രചാരം അന്ന് ലഭിച്ചിരുന്നില്ല.

6

പ്രശസ്തിയുടെ ഉന്നതിയിലേക്ക്

ആയിരത്തി അറുന്നൂറ്റി ഒൻപത് നവംബർ 30ന് ആണ് ഗലീലിയോ തന്റെ ഉപകരണം ഉപയോഗിച്ച് ചന്ദ്രന്റെ ഉപരിതല ചിത്രങ്ങളും കുറിപ്പുകളും തയാറാക്കിയത്. അടുത്തവർഷം ഗലീലിയോ നടത്തിയ വാനനിരീക്ഷണങ്ങളിൽനിന്നും വ്യാഴത്തിന്റെ നാലു ഉപഗ്രഹങ്ങളും ശനിയുടെ വളയവും നഗ്നനേത്രങ്ങൾക്ക് കാണാൻ കഴിയാത്ത നക്ഷത്രക്കൂട്ടങ്ങളും അവയ്ക്കിടയിലെ മേഘപടലങ്ങളും ശുക്രന്റെ വൃദ്ധിക്ഷയങ്ങളും മറ്റും വെളിവാക്കപ്പെട്ടു. ദൂരദർശിനിയിലൂടെ നടത്തിയ നിരീക്ഷണങ്ങളെ അടിസ്ഥാനപ്പെടുത്തി പ്രസിദ്ധീകരിക്കുന്ന ആദ്യത്തെ ഗ്രന്ഥമാണ് ഗലീലിയോ എഴുതിയ *നക്ഷത്രദൂതൻ (The Starry Messenger-Sidereus Nuncius).* 1610 മാർച്ചിലാണ് പ്രസ്തുത കൃതി പ്രസിദ്ധീകരിക്കപ്പെട്ടത്. ഗലീലിയോയുടെ നിരീക്ഷണങ്ങളും അതിനുപയോഗിച്ച ഉപകരണങ്ങളും ലോകപ്രശസ്തി നേടി.

SIDEREVS
NVNCIVS
MAGNA, LONGEQVE ADMIRABILIA
Spectacula pandens, suspiciendaque proponens
vnicuique, præsertim verò
PHILOSOPHIS, atq ASTRONOMIS, quæ à
GALILEO GALILEO
PATRITIO FLORENTINO
Patauini Gymnasij Publico Mathematico
PERSPICILLI
QVATVOR PLANETIS
MEDICEA SIDERA
NVNCVPANDOS DECREVIT.
VENETIIS, Apud Thomam Baglionum. M DC X.

നക്ഷത്രദൂതൻ

ഗലീലിയോയെ ലിൻസിയൻ അക്കാദമി (Accademia dei Lincei) യിൽ അംഗമാക്കുന്നതിനോടനുബന്ധിച്ച് ഫെഡറികോ സെസി രാജകുമാരൻ (Prince Federico Cesi) ഗ്രീസിലെ ഏതൻസിൽ 1611 ഏപ്രിൽ 14ന് ഒരു ഉദ്യാന വിരുന്നു നൽകി. പ്രസ്തുത വിരുന്നിൽ പങ്കെടുത്ത ഗ്രീക്കു ഗണിതജ്ഞനായ 'ഗിയോ

വന്നി ദെമിസിയാനി' (Giovanni Demisiani) യാണ് ഗലീലിയോയുടെ ഉപകരണത്തിന് 'ടെലിസ്കോപ്' എന്ന് പേരു നൽകിയത്. ഗ്രീക്കുഭാഷയിൽ 'ടെലി' (Telescope) എന്നാൽ 'വിദൂരം' എന്നും 'സ്കോപിയെൻ' (Skopein) എന്നാൽ 'നോക്കുക' അഥവാ 'കാണുക' എന്നുമാണ്. ഇതിൽനിന്നുമാണ് 'ടെലിസ്കോപ്' എന്ന പേര് ഉണ്ടായത്. ഇതോടെ, ടെലിസ്കോപ്പിന്റെ ഉപജ്ഞാതാവും ടെലിസ്കോപ് ഉപയോഗിച്ച് വാനനിരീക്ഷണം നടത്തിയ ആദ്യത്തെ ആളും ഗലീലിയോ ആണെന്ന് അറിയപ്പെട്ടു തുടങ്ങി.

ടോളമി

വാനനിരീക്ഷണം

ദൈവത്തിന്റെ രൂപത്തിൽ സൃഷ്ടിക്കപ്പെട്ട മനുഷ്യർ അധിവസിക്കുന്ന ഭൂമിയാണ് കേന്ദ്രത്തിലെന്നും അതിനെ ചുറ്റി സഞ്ചരിക്കുന്നവയാണ് സൂര്യനും മറ്റു ഗ്രഹങ്ങളും നക്ഷത്രങ്ങളുമെന്നുമായിരുന്നു ആദ്യകാല വിശ്വാസം. ഗ്രീക്കു തത്വജ്ഞാനിയായ ടോളമി (AD 90-168) യുടെ ഈ അഭിപ്രായം ആയിരത്തിൽപ്പരം വർഷങ്ങൾ യാതൊരു വ്യത്യാസവുമില്ലാതെ പൊതുവെ നിലനിന്നു; പ്രത്യേകിച്ചും യൂറോപ്പിൽ. എന്നാൽ ടോളമിക്ക് ഏതാണ്ട് 400 വർഷങ്ങൾക്കുശേഷം ജീവിച്ചിരുന്ന ഭാരതീയ ജ്യോതിശാസ്ത്രജ്ഞരായ ആര്യഭട്ടൻ (AD 476); ബ്രഹ്മഗുപ്തൻ (AD 598) തുടങ്ങിയവർ സൂര്യന് ചുറ്റും ഭൂമി കറങ്ങുന്നുവെന്ന് മനസിലാക്കിയിരുന്നു. ഭൂമി കിഴക്കോട്ടു ഭ്രമണം ചെയ്യുന്നുവെന്നും ഗ്രഹങ്ങളും നക്ഷത്രങ്ങളും ഭൂമിയെ ഭ്രമണം ചെയ്യുന്നില്ലായെന്നും ഒന്നാം ആര്യഭട്ടൻ വിശദീകരിച്ചു.

"പൂർവാഭിമുഖം ഭ്രമതി
ക്ഷോണി: നാസ്തിഭ്രമഖഗർക്ഷാണാം"

ഗലീലിയോ ജനിക്കുന്നതിന് 21 വർഷങ്ങൾക്ക് മുമ്പ്, അതായത് 1543ലാണ് പോളണ്ടിലെ നിക്കോളാസ് കോപ്പർനിക്കസ് (1473–1543) പ്രസിദ്ധമായ *ദെ റെവലൂഷനിബസ് ഓർബിയം സെലസ്റ്റിയം* പ്രസിദ്ധീകരിച്ചത്. അതിൽ ഭൂമിയാണ് സൂര്യനെ ചുറ്റുന്നതെന്ന് വ്യക്തമാക്കിയിരുന്നുവെങ്കിലും അധികമാരും അതിനെ പിന്തുണച്ചില്ല. ഗലീലിയോക്ക് തൊട്ടുമുമ്പ് പ്രസിദ്ധനായ വാനനിരീക്ഷകൻ ടൈക്കുബ്രാഹി(1546–1601) ആദ്യമൊക്കെ കോപ്പർനിക്കസിന്റെ സൗരകേന്ദ്രസിദ്ധാന്തത്തെ കണ്ണുമ

ടച്ച് എതിർത്തുവെങ്കിലും ഗ്രഹങ്ങളുടെ ചലനത്തെ സംബന്ധിച്ചുള്ള തന്റെ കൃത്യമായ നിരീക്ഷണങ്ങളിൽനിന്നും അവ സൂര്യനെയാണ് ചുറ്റുന്നതെന്ന് സമ്മതിക്കേണ്ടിവന്നു. ടൈക്കുബ്രാഹി പുതിയൊരു പ്രസ്താവന നടത്തി; ഗ്രഹങ്ങളെല്ലാം സൂര്യനെ ചുറ്റുന്നു. എന്നാൽ സൂര്യനും ഗ്രഹങ്ങളും ഭൂമിയെ ചുറ്റുകയാണ്. പക്ഷേ, ഈ സിദ്ധാന്തത്തിന് വലിയ പിന്തുണ കിട്ടിയില്ല. വിഷയം വളരെ സജീവമായ സമയത്ത് 1597 ൽ പാദുവ യൂണിവേഴ്സിറ്റിയിലെ തന്റെ വിദ്യാർഥികൾക്കുവേണ്ടി ഗലീലിയോ *പ്രപഞ്ചവിജ്ഞാനം (Treatise on the Sphere-Cosmographia*) എന്ന പ്രബന്ധം തയാറാക്കി നൽകി.

ജർമൻ ശാസ്ത്രജ്ഞനായ ജോഹനസ് കെപ്ലർ (1571–1630) *പ്രപഞ്ചനിഗൂഢത (മിസ്റ്റീരിയം കോസ്മോഗ്രാഫികം)* എന്ന പുസ്തകം എഴുതി 1597 ൽ പ്രസിദ്ധീകരിച്ചു. കോപ്പർനിക്കസിന്റെ സിദ്ധാന്തത്തെ പൂർണമായും പിന്തുണച്ചുകൊണ്ട്, ഭൂമി ഉൾപ്പെടെയുള്ള ഗ്രഹങ്ങൾ സൂര്യനെ ചുറ്റുകയാണെന്ന് കെപ്ലർ വിശദീകരിച്ചു. ഗലീലിയോയുടെ സമകാലീനനായിരുന്ന കെപ്ലർ, ഗുരുവായ ടൈക്കുബ്രാഹിയുടെ നിരീക്ഷണഫലങ്ങൾ ഉപയോഗിച്ച്, ഗ്രഹങ്ങളുടെ ചലനനിയമങ്ങൾ ആവിഷ്കരിച്ചു. ഇതനുസരിച്ച് സൂര്യനുചുറ്റുമുള്ള ഗ്രഹങ്ങളുടെ സഞ്ചാരപഥം ദീർഘവൃത്താകൃതിയിൽ (elliptical) ആയിരിക്കണം. തന്റെ ഗഹനമായ ഗണിതജ്ഞാനമുപയോഗിച്ചുകൊണ്ട് ഏതാനും വർഷങ്ങളിലെ തീവ്ര പ്രയത്നത്താലാണ് ഗ്രഹങ്ങളുടെ മൂന്നു ചലനനിയമങ്ങളും കെപ്ലർ നിർധാരണം ചെയ്തത്.

ഗ്രഹങ്ങൾക്ക് ശുദ്ധരൂപത്തിലുള്ള ഭ്രമണപഥങ്ങളായിരിക്കുമെന്നും അതുകൊണ്ട് അവ വൃത്താകൃതിയിൽ തന്നെ ആയിരിക്കുമെന്നും ഗലീലിയോ വിശ്വസിച്ചിരുന്നതുകൊണ്ട് ഗ്രഹങ്ങളുടെ ഭ്രമണപഥം ദീർഘവൃത്തമായിരിക്കുമെന്ന കെപ്ലറുടെ സിദ്ധാന്തം അംഗീകരിക്കാൻ ഗലീലിയോ തയാറായിരുന്നില്ല. എന്നാൽ പ്രപഞ്ചത്തിന്റെ കേന്ദ്രസ്ഥാനം ഭൂമിയിലല്ലായെന്ന് 1604 ൽ ഗണിതമുപയോഗിച്ച് ഗലീലിയോ തെളിയിക്കുകയുണ്ടായി. 1609 ൽ ദൂരദർശിനി ഉപയോഗിച്ചു തുടങ്ങിയതോടെ, സൗരകേന്ദ്രസിദ്ധാന്തം മുന്നോട്ടു വച്ച കോപ്പർനിക്കസിന്റെ അഭിപ്രായമാണ് ശരിയെന്നും ടോളമിക്ക് തെറ്റു പറ്റിയെന്നും വാനനിരീക്ഷണങ്ങളിൽനിന്നും ഗലീലിയോ ഉറപ്പിച്ചു പറഞ്ഞു. ശുക്രനെ നിരീക്ഷിച്ച് പഠിച്ചതിൽനിന്നും ഇത് കൂടുതൽ വ്യക്തമാവുകയും ചെയ്തു.

ദൂരദർശിനി കണ്ടുപിടിക്കുന്നതിനുമുമ്പേ തന്നെ വാനനിരീക്ഷണത്തിന്റെ കാര്യത്തിൽ ഗലീലിയോ വളരെയേറെ തൽപ്പരനായിരുന്നു. 1604 ഒക്ടോബർ 10ന് ആകാശത്ത് ഒരു അത്ഭുതക്കാഴ്ച ഗലീലിയോ കണ്ടു. പെട്ടെന്നുണ്ടായ ഒരു പ്രഭാപൂരമായിരുന്നു അത്. നക്ഷത്രങ്ങൾക്കുപോലും സ്ഥിരസ്വഭാവമില്ലായെന്നും അവയുടെ പരിണാമത്തിലെ ഒരു ഘട്ടത്തിലെ പൊട്ടിത്തെറിക്കുന്ന 'സൂപ്പർനോവ' എന്ന പ്രതിഭാസമാണിതെന്നും വന്നതോടെ പ്രപഞ്ചത്തിന് സ്ഥായീഭാവമാണെന്ന അരിസ്റ്റോ

ക്ഷീരപഥം

ട്ടിലിന്റെ വാദം നിരാകരിക്കപ്പെടുകയും ഗലീലിയോയുടേയും കൂട്ടരുടേയും സിദ്ധാന്തങ്ങൾ അംഗീകരിക്കപ്പെടുകയും ചെയ്തു.

1604 ഡിസംബർ 24ന് ആദ്യമായി പുതിയ ഒരു നക്ഷത്രത്തെ ഗലീലിയോ കണ്ടെത്തി. ഈ നക്ഷത്രത്തെപ്പറ്റി പാദുവാ യൂണിവേഴ്സിറ്റിയിൽ 1605 ജനുവരിയിൽ മൂന്നുപ്രഭാഷണങ്ങൾ നടത്തി. ചന്ദ്രനിൽനിന്നും വളരെ അകലെയാണ് ഈ നക്ഷത്രമെന്നത് 'ദൃക്ഭ്രംശം' (Parallax) അളന്നുകൊണ്ട് മനസിലാക്കാമെന്ന് ഗലീലിയോ സ്ഥാപിച്ചു. അതുകൊണ്ട്, ആകാശത്ത് വ്യത്യസ്തതകൾ അംഗീകരിക്കപ്പെടേണ്ടതാണെന്നും അരിസ്റ്റോട്ടിലിന്റെ സിദ്ധാന്തങ്ങൾ അവിടെ യോജിക്കുന്നില്ലായെന്നും ഗലീലിയോ വാദിച്ചു.

ആകാശത്തേക്ക് തിരിച്ചു വച്ച ദൂരദർശിനിയിലൂടെ കണ്ട 'ആകാശഗംഗ' അഥവാ 'ക്ഷീരപഥം' നക്ഷത്രങ്ങളുടെ കൂട്ടമാണ് എന്ന് ഗലീലിയോ മനസിലാക്കി. കണ്ടമാനം നക്ഷത്രങ്ങൾ തിങ്ങി നിറഞ്ഞിരിക്കുന്നതിനാൽ

ഭൂമിയിൽനിന്നും നോക്കുമ്പോൾ മേഘംപോലെ തോന്നുന്നത് മാത്രമാണ്. നഗ്നനേത്രങ്ങൾക്ക് കാണാൻ പറ്റാത്ത ധാരാളം നക്ഷത്രങ്ങളെ അദ്ദേഹം കണ്ടുപിടിച്ചു. നക്ഷത്രങ്ങൾ പ്രകാശത്തിന്റെ അഗ്നിജ്വാലകളാണെന്നും അവ നാനാവഴിക്കും വികിരണങ്ങൾ പ്രസരിപ്പിക്കുന്നുവെന്നും വ്യക്തമാക്കി. 1605 മാർച്ചിൽ *പുതിയ നക്ഷത്രത്തെപ്പറ്റി ബ്രൂസെനിലെ സെക്കോ ദി റോൻചിട്ടിയുടെ ഭാഷണം (Dialogue of Cecco di Ronchitti of Bruzene with regard to the New Star)* എന്ന പുസ്തകം പാദുവായിൽ പ്രസിദ്ധീകരിക്കപ്പെട്ടു. സൂര്യകേന്ദ്രസിദ്ധാന്തമുൾപ്പെടെയുള്ള ജ്യോതിശാസ്ത്രവിഷയങ്ങളേയും പുതിയ നക്ഷത്രത്തേയും സംബന്ധിച്ച് വെനീഷ്യൻ ഭാഷ(ഇറ്റലിയിലെ ഒരു നാട്ടുഭാഷ)യിലെഴുതിയതായിരുന്നു ആ പുസ്തകം. അത് എഴുതിയത് ഒരു 'സെക്കോദിറോൻചിട്ടി' ആണെന്ന് പുസ്തകത്തിൽ കാണിച്ചിരിക്കുന്നുവെങ്കിലും അങ്ങനെ ഒരാളിനെ ആർക്കും അറിയാത്തതിനാൽ ഗലീലിയോ ആണ് ഗ്രന്ഥകർത്താവ് എന്നു തന്നെ അനുമാനിക്കപ്പെടുന്നു. (ഈ പുസ്തകത്തിനു വേണ്ടി ഗലീലിയോ സ്വീകരിച്ച തൂലികാനാമമാകാമത്!) ഏതാനും മാസങ്ങൾക്കകം ഇറ്റലിയിലെ 'വെറോനാ' (Verona) എന്ന സ്ഥലത്തുനിന്നും ഇതിന്റെ രണ്ടാം പതിപ്പും ഇറങ്ങി. ഇതിൽ വിശദീകരിക്കുന്ന പല കാര്യങ്ങളേയും എതിർത്തുകൊണ്ട് 'ലോദോവികോ ദെല്ലേ കൊളംബേ' രംഗത്തുവന്നു. പുതിയതെന്ന് ഗലീലിയോ അവകാശപ്പെടുന്ന നക്ഷത്രം അതേ സ്ഥാനത്തുതന്നെ ഉണ്ടായിരുന്നുവെന്നും അരിസ്റ്റോട്ടിലിന്റെ സിദ്ധാന്തം തെറ്റല്ലെന്നും കൊളംബേ വാദിച്ചു. കൊളംബേയുടെ വാദങ്ങളെ ഖണ്ഡിച്ചുകൊണ്ട് 1606 ജൂണിൽ ഗലീലിയോ മറ്റൊരു ഗ്രന്ഥം ഫ്ളോറെൻസിൽ പ്രസിദ്ധീകരിച്ചു. അതിന്റെ പേര് *1604 ൽ ദൃഷ്ടിയിൽപ്പെട്ട നക്ഷത്രവുമായി ബന്ധപ്പെട്ട് ലോദോവികോദെല്ലേ കൊളംബേയുടെ പ്രഭാഷണത്തിലെ ഏതാനും ഭാഗത്തെ സംബന്ധിച്ച് അലിബെർട്ടോമൗറിയുടെ പര്യാലോചനകൾ (Considerations of Alimberto Mauri on some passages in the Discourse of Lodovics Delle Colombe abount the star which appeared in 1604)* എന്നായിരുന്നു. ഇവിടെയും ഗലീലിയോ സ്വന്തം പേരിനു പകരം 'അലിബെർട്ടോ മൗറി' എന്ന പേര് ഉപയോഗിച്ചതാണെന്ന് കരുതപ്പെടുന്നു.

ചന്ദ്രൻ

മധ്യകാലത്തെ ഇസ്ലാമിക ലോകവും ക്രിസ്ത്യൻ യൂറോപ്പും ചന്ദ്രനിൽ കാണുന്ന പാടുകളെ അവരുടേതായ രീതിയിൽ വ്യാഖ്യാനിക്കുകയുണ്ടായി. പുരാതനകാലത്തെ ഒരു വ്യാഖ്യാനം ചന്ദ്രൻ ശരിയായ ഒരു ദർപ്പണമാണെന്നും ഭൂമിയിലെ വസ്തുക്കളെ പ്രതിഫലിപ്പിക്കുന്നതുകൊണ്ടാണ് ചന്ദ്രനിൽ വെളിച്ചത്തിന് ഏറ്റക്കുറച്ചിൽ ഉണ്ടാകുന്നതെന്നുമായിരുന്നു. അങ്ങനെയാണെങ്കിൽ ഭൂമിയെ ചുറ്റുന്ന ചന്ദ്രൻ ഭൂമിയുടെ പ്രതലത്തിന്റെ വിവിധ ഭാഗങ്ങളെ പ്രതിഫലിപ്പിക്കേണ്ടിവരുന്ന കാരണത്താൽ

ചന്ദ്രമുഖത്തെ പാടുകൾ വ്യത്യാസപ്പെടേണ്ടതായിരുന്നു. യഥാർഥത്തിൽ അങ്ങനെ സംഭവിക്കുന്നില്ല. ഇക്കാരണത്താൽ ചന്ദ്രൻ ഒരു ദർപ്പണമാണെന്ന വ്യാഖ്യാനം അധികകാലം നിലനിന്നില്ല. സൂര്യനും ചന്ദ്രനുമിടയ്ക്ക് വാതകങ്ങളുണ്ടാകാമെന്നും അവയുടെ പ്രതിബിംബമാകാം നാം ഭൂമിയിൽനിന്നും നോക്കുമ്പോൾ ചന്ദ്രനിൽ കാണുന്നതെന്നും അഭിപ്രായമുണ്ടായിരുന്നു. മറ്റൊരുവാദം ചന്ദ്രനിൽ സാന്ദ്രതാവ്യത്യാസമുണ്ടെന്നും അതാണ് ചന്ദ്രമുഖത്ത് പാടുകളായി കാണുന്നതെന്നുമായിരുന്നു. ചന്ദ്രനും ആകാശവസ്തുക്കളുമെല്ലാം പൂർണതയുള്ളതായിരിക്കുമെന്ന അരിസ്റ്റോട്ടിലിന്റെ സിദ്ധാന്തത്തെ അടിസ്ഥാനമാക്കിയുള്ള ന്യായീകരണങ്ങളായിരുന്നു ഇവയെല്ലാം.

ഗലീലിയോ തന്റെ ദൂരദർശിനി ഉപയോഗിച്ച് ചന്ദ്രമുഖം വീക്ഷിച്ചപ്പോൾ നഗ്നനേത്രങ്ങൾക്ക് കാണാൻ പറ്റുന്നവയെ കൂടാതെ താരതമ്യേന ചെറുതായ ധാരാളം പാടുകൾ അവിടെ കണ്ടു. സൂര്യന്റേയും ചന്ദ്രന്റേയും ചലനങ്ങൾ കാരണം സൂര്യരശ്മി പതിക്കുന്ന ചരിവ് വ്യത്യാസം വരുന്നതിനനുസരിച്ച് ചന്ദ്രമുഖത്തെ പല പാടുകളുടെയും ആകൃതിയിൽ വ്യത്യാസം വരുന്നതിനാൽ അവ ചന്ദ്രനിലെ കുന്നുകളുടേയും മലകളുടേയും നിഴലുകളാണെന്ന് ഗലീലിയോ മനസിലാക്കി. ഈ നിഴലുകൾ അളന്നുകൊണ്ട് കുന്നുകളുടെ ഉയരം ഗലീലിയോ കണക്കുകൂട്ടി. അവയിൽ ചിലത് ഭൂമിയിലെ വലിയ പർവതങ്ങളെക്കാളും ഉയരം കൂടിയതാണെന്നത് ഗലീലിയോയെ അത്ഭുതപ്പെടുത്തി. ചന്ദ്രനിലെ മലകളേയും ഗർത്തങ്ങളേയുംപറ്റി ആദ്യമായി രേഖപ്പെടുത്തിയത് ഗലീലിയോ ആണ്. അരിസ്റ്റോട്ടിൽ കരുതിയിരുന്നതുപോലെ ചന്ദ്രന് പൂർണതയുള്ള ഗോളാകൃതി അല്ലായെന്നും മലകളും കുഴികളും നിറഞ്ഞ നിരപ്പില്ലാത്ത പ്രതലമാണെന്നും ഗലീലിയോ വെളിപ്പെടുത്തി.

ചന്ദ്രന്റെ പ്രതലത്തെപ്പറ്റി ഇത്രയൊക്കെ വ്യക്തതവന്നിട്ടും ചന്ദ്രന് പൂർണഗോളാകൃതിയാണെന്നും ചന്ദ്രനിൽ സാന്ദ്രതവ്യത്യാസമുള്ള ഭാഗങ്ങൾ ഉള്ളതുകൊണ്ടാണ് സ്വാഭാവികവെളിച്ചത്തിൽ പാടുകൾ ദൃശ്യമാകുന്നതെന്നും റോമൻ കോളേജിലെ ഗണിതജ്ഞനായ ക്രിസ്റ്റോഫ് ക്ലേവിയസ് 1611 ഏപ്രിലിൽ കർദിനാൾ ബല്ലാർമൈന് അയച്ച കത്തിൽ അഭിപ്രായപ്പെട്ടിരുന്നു. അതേകോളേജിലെതന്നെ മൂന്ന് ജസ്യൂട്ട്സ് ഗണിതജ്ഞർ ഇതിനോട് യോജിച്ചില്ല. ഏതാനും വർഷങ്ങൾക്കകം തന്നെ ഇക്കാര്യത്തിൽ ഗലീലിയോയുടെ വാദം പൊതുവെ അംഗീകരിക്കപ്പെട്ടു.

ചന്ദ്രനെ സംബന്ധിച്ച് ഗലീലിയോയുടെ ശ്രദ്ധേയമായ നിരീക്ഷണമായിരുന്നു 'ലൂണാർ ലിബ്രേഷൻസ്' (Lunar librations). ചന്ദ്രൻ ഒന്നിടവിട്ട് ഓരോവശത്തേക്കും ചെറുതായി തിരിയുന്നതുകൊണ്ട്, ഇടയ്ക്കിടയ്ക്ക് ചാന്ദ്രപ്രതലത്തിന്റെ പകുതിയിലധികം ഭൂമിയിൽനിന്ന് ദൃശ്യമാകും. അതായത്, ചന്ദ്രൻ എല്ലാ കാലത്തും ഭൂമിക്കഭിമുഖമായി കൃത്യമായും ഒരേ മുഖമല്ല കാണിക്കുന്നത് എന്ന് വെളിവാക്കുന്നതായിരുന്നു ഗലീലിയോയുടെ ആ നിരീക്ഷണം.

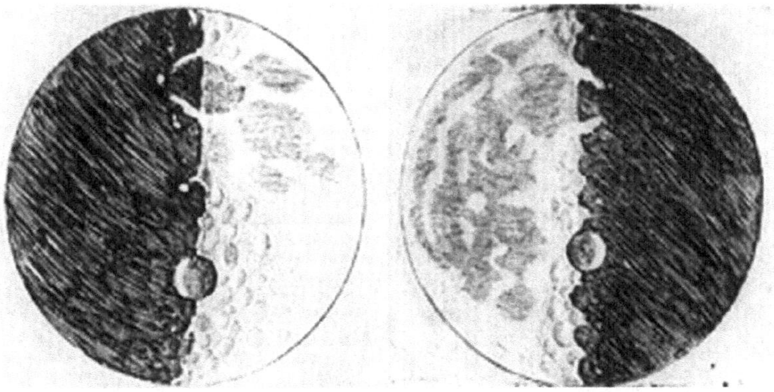

വ്യാഴം

ദൂരദർശിനി നിർമിച്ച് ആകാശത്തേക്ക് തിരിച്ചുവച്ച ഗലീലിയോ തുടക്കത്തിൽ തന്നെ ഗ്രഹങ്ങളിൽ ശ്രദ്ധകേന്ദ്രീകരിച്ചതായി നേരത്തേ സൂചിപ്പിച്ചിരുന്നല്ലോ. 1610 ജനുവരി 7ന് തന്റെ ടെലിസ്കോപ്പിലൂടെ വാനനിരീക്ഷണം നടത്തുന്ന സമയത്ത് വ്യാഴത്തിന് വളരെയടുത്ത് ഒരു നേർരേഖയിൽ മൂന്ന് സ്ഥിര നക്ഷത്രങ്ങളെ കാണാൻ കഴിഞ്ഞു. വളരെ ചെറുതായതിനാൽ നഗ്നനേത്രങ്ങൾക്ക് കാണാൻ കഴിയാത്തവയായിരുന്നു അവ. തുടർന്നുള്ള ദിവസങ്ങളിലെ നിരീക്ഷണത്തിൽനിന്നും അവസ്ഥിരമായി നിൽക്കുന്നില്ലായെന്നും സഞ്ചരിക്കുന്നുണ്ടെന്നും അദ്ദേഹത്തിന് മനസിലായി. ജനുവരി 10ന് അതിൽ ഒന്ന് കാണാതായി. വ്യാഴത്തിന്റെ പിന്നിൽ മറഞ്ഞതാണെന്ന് അദ്ദേഹം മനസിലാക്കി. തുടർന്നുള്ള ദിവസങ്ങളിലെ നിരീക്ഷണങ്ങളിൽനിന്നും അവ മൂന്നും വ്യാഴത്തെ ചുറ്റുന്നതായി അദ്ദേഹത്തിന് ബോധ്യപ്പെട്ടു. ജനുവരി 13ന് നാലാമത്തെ ഉപഗ്രഹത്തേയും അദ്ദേഹം തന്നെ കണ്ടുപിടിച്ചു. അവയ്ക്ക് അദ്ദേഹം 'ഐയോ', 'യൂറോപാ', 'കാല്ലിസ്റ്റോ', 'ഗാനിമെഡെ' എന്നിങ്ങനെ നാമകരണം ചെയ്തു. ടസ്കനിയിലെ പ്രഭുവും തന്റെ ഭാവിരക്ഷാധികാരിയുമായ കോസിമോ ഇൽ ദ് മെഡിസി (Cosimo II de' Medici) യുടെ ബഹുമാനാർഥം ഈ നാല് ഉപഗ്രഹങ്ങൾക്ക് 'മെഡിസിയൻ നക്ഷത്രങ്ങൾ' (Medician Stars) എന്ന് പേരു നൽകി. വർഷങ്ങൾക്കുശേഷം ജ്യോതിശാസ്ത്രജ്ഞന്മാർ ഗലീലിയോടുള്ള ആദരസൂചകമായി ഈ നാലു ഉപഗ്രങ്ങളെ 'ഗലീലിയൻ ഉപഗ്രഹങ്ങൾ' (Galilean Satellites) എന്ന് നാമകരണം ചെയ്തു. 1610ൽ പ്രസിദ്ധീകരിക്കപ്പെട്ട ഗലീലിയോയുടെ *നക്ഷത്രദൂതൻ (Sidereous Nuncius)* എന്ന കൃതിയിൽ ഗലീലിയൻ ചന്ദ്രന്മാരെ (Galilean moons) കുറിച്ച് വിവരണമുണ്ട്. ഈ ഉപഗ്രഹങ്ങൾ വ്യാഴത്തെ ചുറ്റുന്ന കാലം (Period) 1611 മധ്യത്തോടെ ഗലീലിയോയ്ക്കു കൃത്യമായി നിർണയിക്കാൻ കഴിഞ്ഞു. ആകാശത്തിലുള്ള

വ്യാഴവും ഉപഗ്രഹങ്ങളും

ഒരു ഗ്രഹത്തെ മറ്റു ചെറുഗ്രഹങ്ങൾ ചുറ്റുന്നുവെന്നത് അരിസ്റ്റോട്ടിലിന്റെ ഭൂകേന്ദ്രസിദ്ധാന്തത്തിന് ഒട്ടും നിരക്കുന്നതായിരുന്നില്ല. അതുകൊണ്ട് ഗലീലിയോയുടെ ഈ കണ്ടുപിടുത്തം വിശ്വസനീയമല്ലെന്ന് ഒരു വിഭാഗം ജ്യോതിശാസ്ത്രജ്ഞർ പ്രചരിപ്പിച്ചു. വ്യാഴത്തിന്റെ ഉപഗ്രഹങ്ങളുടെ ഭ്രമണകാലം നിർണയിച്ചുകൊണ്ട് അവയുടെ കൃത്യമായ സ്ഥാനനിർണയം നടത്താൻ കഴിഞ്ഞാൽ അവയെ ഒരു വിശ്വഘടികാരമായി ഉപയോഗിക്കാമെന്ന് ഗലീലിയോ നിർദേശിക്കുകയുണ്ടായി. രേഖാംശം (longitude) നിശ്ചയിക്കാനും ഇത് പ്രയോജനപ്പെടുത്താമെന്ന് ഗലീലിയോ അഭിപ്രായപ്പെട്ടു. അതിലൂടെ നാവികർക്ക് കടലിൽ സ്ഥാനം നിർണയിക്കാൻ കഴിയേണ്ടതാണ്. പക്ഷേ, കടൽയാത്രയിൽ ടെലിസ്കോപ്പിലൂടെയുള്ള നിരീക്ഷണങ്ങൾ വളരെപ്രയാസമേറിയതായിരുന്നു. എന്തായാലും 1681 ൽ ഈ രീതി ഗ്യോവന്നി ഡൊമനിക്കോ കാസിനി (Giovanni Domenico Cassini) വിജയകരമായി പ്രയോഗത്തിൽ വരുത്തി. പിന്നീട്, ലെവിസും ക്ലാർക്കും മറ്റും വിപുലമായ ഭൂസർവേക്ക് ഈ രീതി ഉപയോഗിക്കുകയുണ്ടായി. 1636 ആഗസ്റ്റ് മാസത്തിൽ, വ്യാഴത്തിന്റെ ഉപഗ്രഹങ്ങളുടെ ഗ്രഹണം ഉപയോഗപ്പെടുത്തിക്കൊണ്ട് കടലിലെ രേഖാംശം നിർണയിക്കുന്നതിനുള്ള ഒരു പദ്ധതി നെതർലാന്റ്സിലെ സ്റ്റേറ്റ് ജനറലിന് ഗലീലിയോ അയച്ചുകൊടുത്തു. തുടർന്ന് ഇതിനായി നെതർലാന്റ്സിൽ ഒരു കമ്മിറ്റി നിയോഗിക്കപ്പെടുകയും ചെയ്തു. ഇത്തരത്തിലുള്ള പരീക്ഷണ

ങ്ങൾ പ്രോത്സാഹിപ്പിക്കപ്പെടേണ്ടതാണെന്ന് അഭിപ്രായപ്പെട്ട കമ്മിറ്റി ഈ പദ്ധതിയുടെ പ്രായോഗികവശം പരിശോധിച്ച് അത് ഉപേക്ഷിക്കുകയായിരുന്നു.

ശുക്രൻ

1610 സെപ്റ്റംബർ മുതലാണ് ഗലീലിയോ ശുക്രനെ ഗൗരവത്തോടെ നിരീക്ഷിച്ചുതുടങ്ങിയത്. ശുക്രനും ചന്ദ്രന്റെ രീതിയിലുള്ള അവസ്ഥാഭേദങ്ങൾ (Phases) തന്നെയാണ് കാണിക്കുന്നതെന്ന് 1610 ഡിസംബറിൽ ഗലീലിയോക്ക് മനസിലായി. സൂര്യനെ ചുറ്റിക്കറങ്ങുന്ന ശുക്രന്റെ എല്ലാ അവസ്ഥകളും നമുക്ക് കാണാൻ കഴിയുന്നതിനുകാരണം സൂര്യന് അപ്പുറത്ത് ശുക്രൻ എത്തുമ്പോൾ സൂര്യപ്രകാശത്താൽ തിളങ്ങുന്ന ശുക്രന്റെ അർധഗോളം നമുക്ക് കാണാവുന്ന തരത്തിലായിരിക്കുകയും സൂര്യന്റെ ഇപ്പുറത്ത് (അതായത് സൂര്യനും ഭൂമിക്കും ഇടയിൽ) എത്തുമ്പോൾ തിളങ്ങുന്ന അർധഗോളം സൂര്യന് അഭിമുഖമായിരിക്കുന്നതിനാൽ നമുക്ക് (ഭൂമിക്ക്) അഭിമുഖമല്ലാതിരിക്കുകയും ചെയ്യുന്നതുകൊണ്ടാണ്. അങ്ങനെ ഗലീലിയോയുടെ നിരീക്ഷണങ്ങൾ സൗരകേന്ദ്രമാതൃകയെ ശരിവയ്ക്കുന്നതായിരുന്നു. ഇതിന് വിരുദ്ധമായ രീതിയിലാണ് ടോളമിയുടെ ഭൂകേന്ദ്രീകൃതമാതൃക പ്രവചിച്ചത്. അതനുസരിച്ച് ആകാശത്ത് ഭാഗികമായി (കലയായി) കണ്ടുതുടങ്ങുന്ന ശുക്രൻ പിന്നീട് മറ്റ് അവ

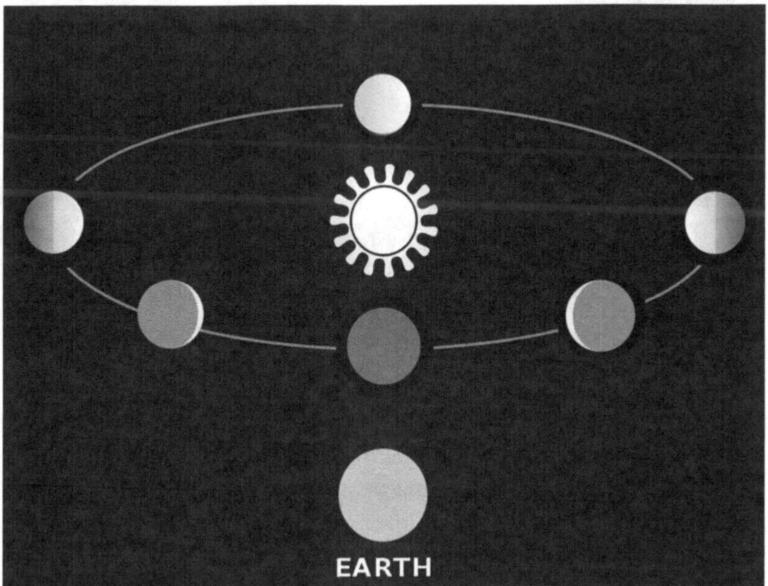

സ്ഥകളിലേക്ക് എത്തുമെന്നാണ്. ഇത് തെറ്റാണെന്നും കോപ്പർ നിക്കസിന്റെ സൗരകേന്ദ്രമാതൃകയാണ് ശരിയെന്ന് തന്റെ ചരിത്രംകുറിച്ച നിരീക്ഷണങ്ങളിലൂടെ ഗലീലിയോ തെളിയിക്കുകയായിരുന്നു. 1610 ൽ പ്രസിദ്ധീകരിക്കപ്പെട്ട ഗലീലിയോയുടെ *നക്ഷത്രദൂതൻ (Sidereus Nuncius)* എന്ന കൃതിയിൽ, ദൂരദർശിനിയിലൂടെയുള്ള നിരീക്ഷണങ്ങൾ രേഖപ്പെടുത്തുന്ന കൂട്ടത്തിൽ ശുക്രന്റെ ഭാഗികവും പൂർണവുമായ അവസ്ഥാഭേദങ്ങൾ രേഖപ്പെടുത്തിയിട്ടുണ്ട്.

ശനി

ഗലീലിയോ ആദ്യമായി ശനിയെ നിരീക്ഷിക്കുന്നത് 1610 ജൂലൈ മാസത്തിലാണ്. ശനിക്ക് മറ്റ് ഗ്രഹങ്ങളിൽനിന്നും വ്യത്യസ്തമായി ഒരു

ശനി

വിചിത്രമായ രൂപമുണ്ടെന്ന് കണ്ടു. ആദ്യത്തെ നിരീക്ഷണത്തിൽ ഗലീലിയോയ്ക്കു തോന്നിയത് ശനി മൂന്ന് ഗ്രഹങ്ങളുടെ കൂട്ടായ്മ ആണെന്നാണ്. പിന്നീട് ഒരിക്കൽ നോക്കിയപ്പോൾ മൂന്ന് എന്നത് മാറി ഒന്നായി കാണുകയും ചെയ്തു. (ഇത് ശനിയുടെ വളയം ഭൂമിക്ക് അഭിവിന്യാസത്തിലായിരുന്നതുകൊണ്ടാകാം). 1616 ലെ നിരീക്ഷണത്തിലാണ് ശനിക്കു ചുറ്റും വളയം കണ്ടത്. അസാധാരണമായ ഈ കാഴ്ചകൾ കുറച്ചൊ

ന്നുമല്ല അദ്ദേഹത്തെ കുഴക്കിയത്. ശനിയുടെ ചുറ്റുമുള്ള വലയമാണ് പല രൂപത്തിൽ കാണാൻ ഇടയാക്കിയതെന്ന് പിന്നീട് മനസിലായി.

നെപ്ട്യൂൺ

ടെലിസ്കോപ്പിലൂടെയുള്ള വാനനിരീക്ഷണത്തിനിടയ്ക്ക് 1612 ൽ 'നെപ്ടൂൺ' അദ്ദേഹത്തിന്റെ കണ്ണിൽപ്പെട്ടു. അത് ഒരു ഗ്രഹമാണെന്ന് തിരിച്ചറിയാൻ അദ്ദേഹത്തിന് കഴിഞ്ഞില്ല. വേണ്ടത്ര പഠിക്കാൻ കഴിയാത്ത മങ്ങിയ നക്ഷത്രങ്ങളുടെ കൂട്ടത്തിൽ ഗലീലിയോ അതിനെയും പെടുത്തി. തന്റെ നോട്ടുബുക്കിൽ അത് കുറിച്ചിട്ടു.

സൂര്യകളങ്കങ്ങൾ

സൂര്യന്റെ പ്രതലത്തിൽ വികൃതമായരൂപത്തിൽ കാണുന്ന ഇരുണ്ട പ്രദേശമാണ് സൂര്യകളങ്കങ്ങൾ. പലപ്പോഴും നഗ്നനേത്രങ്ങൾക്ക് കാണത്തക്കവിധത്തിൽ വലുപ്പമുള്ളവയെ, സൂര്യൻ ചക്രവാളസീമയ്ക്കടുത്തെത്തുമ്പോൾ നഗ്നനേത്രങ്ങൾകൊണ്ട് വീക്ഷിക്കാമെങ്കിലും മറ്റു സമയങ്ങളിൽ കണ്ണിന് അത് അപകടകരമായിരിക്കും. ബി സി 467 ൽ ഗ്രീക്കു തത്വജ്ഞാനി അനക്സഗോറസ് (Anaxagoras) സൂര്യമുഖത്ത് പുള്ളികൾ കണ്ടതായി പറയപ്പെടുന്നുണ്ട്. പിന്നീട് ചൈനയിലും മറ്റും നഗ്നനേത്രങ്ങളാൽ സൂര്യകളങ്കങ്ങൾ നിരീക്ഷിക്കപ്പെട്ടിരുന്നതായി രേഖകൾ ഉണ്ട്. പതിനാറാം നൂറ്റാണ്ടുവരെ അരിസ്റ്റോട്ടിലിയൻ സിദ്ധാന്തത്തിന്റെ പ്രഭാവം നിലനിന്നിരുന്നതിനാൽ, സൂര്യൻ പൂർണതയുള്ള ആകാശവസ്തുവായതുകൊണ്ട് അതിന്റെ മുഖത്ത് കളങ്കങ്ങൾ ഒരിക്കലും വിശ്വസിക്കപ്പെട്ടിരുന്നില്ല. അതിനാൽ, ബുധനോ മറ്റു ഗ്രഹങ്ങളോ സൂര്യനുമുമ്പിലൂടെ കടന്നുപോകുമ്പോൾ നമുക്കുണ്ടാകുന്ന തോന്നലായി കളങ്കങ്ങളെ വ്യാഖ്യാനിച്ചിരുന്നു. 1607 ൽ ഒരു സൂര്യകളങ്കം കെപ്ലറുടെ കണ്ണിൽ പെട്ടിരുന്നുവെങ്കിലും അത് സൂര്യന്റെ മുമ്പിൽപ്പെട്ട ബുധനായി അദ്ദേഹം തെറ്റിദ്ധരിക്കുകയാണുണ്ടായത്. ടെലിസ്കോപ്പിലൂടെ സൂര്യകളങ്കങ്ങളെ ആദ്യമായി നിരീക്ഷിച്ചവരുടെ കൂട്ടത്തിൽ ഗലീലിയോയും ഉണ്ടായിരുന്നു; 1610 ൽ ആയിരുന്നു ഇത്. 1611 മാർച്ച് 9ന് ജർമൻകാരായ 'ജോഹന്നസ് ഫാബ്രിഷ്യസും' (Johannes Fabricius) അദ്ദേഹത്തിന്റെ പിതാവ് 'ഡേവിഡ് ഫാബ്രിഷ്യസും' (David Fabricius) ഉദിച്ചുവരുന്ന സൂര്യനിലേക്ക് ടെലിസ്കോപ് തിരിച്ചുവച്ചു നോക്കിയപ്പോൾ കറുത്ത പുള്ളികൾ കണ്ടു. അക്കൊല്ലം തന്നെ 'ജോഹന്നസ് ഫാബ്രിഷ്യസ്' *സൂര്യനിൽ കണ്ട പുള്ളികളെ സംബന്ധിച്ച് (ദെ മാക്കുലിസ് ഇൻ സോളേ ഒബ്സർവേറ്റിസ്)* എന്ന പുസ്തകം പ്രസിദ്ധീകരിക്കുകയും ധാരാളം ആളുകൾക്ക് ടെലിസ്കോപ്പിലൂടെ സൂര്യനിലെ കറുത്ത പാടുകളെ കാണിച്ചുകൊടുക്കുകയും ചെയ്തു. ജർമൻകാരനും ജസ്യൂട്ടുമായ ജ്യോതിശാസ്ത്രജ്ഞൻ 'ക്രിസ്റ്റോഫ് ഷെയിനർ' (Christoph Scheiner) 1611 തുടക്കം

ക്രിസ്റ്റോഫ് ഷെയിനർ

മുതൽ ടെലിസ്കോപ്പ് ഉപയോഗിച്ച് സൂര്യകളങ്കങ്ങളെ നിരീക്ഷിക്കുന്നുണ്ടായിരുന്നു. 'ഷെയിനർ' 1612 ജനുവരിയിൽ ഇതു സംബന്ധിച്ച രേഖകളും ചിത്രങ്ങളും പ്രസിദ്ധീകരിച്ചു. *സൂര്യകളങ്കങ്ങളെക്കുറിച്ച് മൂന്നു കത്തുകൾ* എന്ന് പേരിട്ട് 'വർണചിത്രത്തിനു പിറകിൽ ഒളിച്ചിരിക്കുന്ന അപെല്ലെസ്' (Appelles hiding behind the painting) എന്ന തൂലികാനാമത്തിൽ 'ആഗ്സ്ബർഗ്' (Augsburg) എന്ന സ്ഥലത്താണ് ഷെയിനർ ഇത് പ്രസിദ്ധീകരിച്ചത്. അരിസ്റ്റോട്ടിലിയൻ ആയിരുന്ന ഷെയിനർ, സൂര്യനെ ചുറ്റുന്ന ചെറിയ ഗ്രഹങ്ങളാണ് ഈ പുള്ളികളായി കാണുന്നതെന്ന് വിശദീകരിക്കുകയായിരുന്നു. ഇതിന്റെ കോപ്പി പ്രസാധകനായ 'മാർക്ക് വെൽസർ'

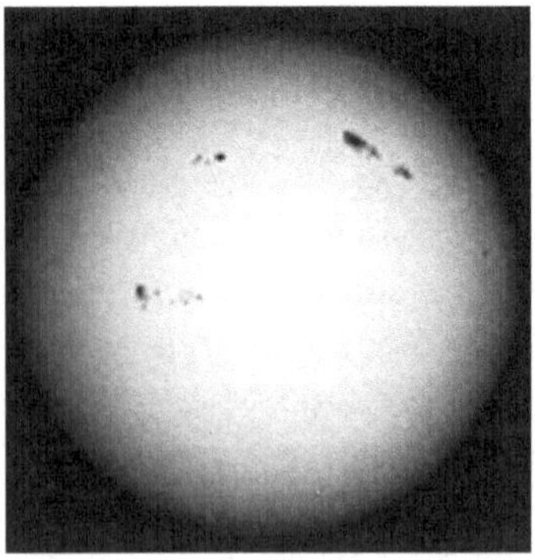
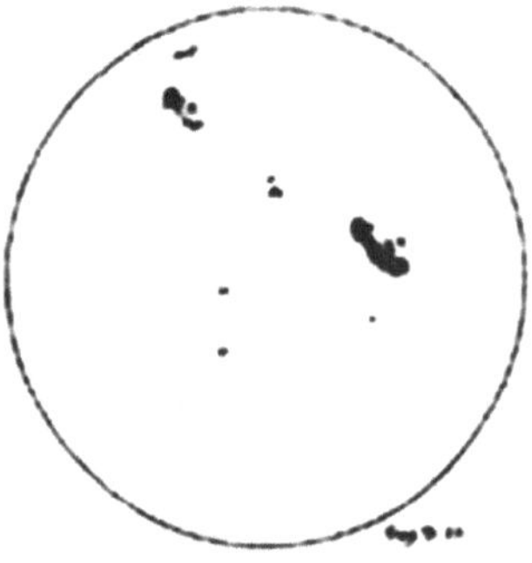
സൂര്യകളങ്കം (വലുതാക്കിയ ചിത്രം)

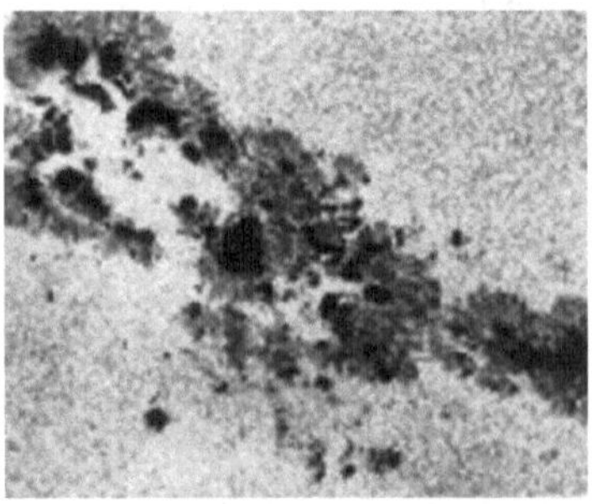

(Marc Wels-er) അഭിപ്രായത്തിനായി ഗലീലിയോയ്ക്കു അയച്ചുകൊടുത്തു. സൂര്യകളങ്കങ്ങളുടെ കാര്യത്തിൽ വേണ്ടത്ര ശ്രദ്ധിക്കാതിരുന്ന ഗലീലിയോ 1612 ഏപ്രിൽ മുതൽ തന്റെ ശിഷ്യനായ ബെനെഡെറ്റോ കാസ്റ്റെല്ലി (Benedetto Castelli)യുടെ സഹായത്തോടെ സൂര്യകളങ്കങ്ങളെ വിശദമായി നിരീക്ഷിച്ച് പഠിക്കുകയുണ്ടായി. തന്റെ അഭിപ്രായങ്ങൾ മേയ്, ആഗസ്റ്റ്, ഡിസംബർ

മാസങ്ങളിൽ അയച്ച മൂന്ന് കത്തുകളിലൂടെ വെൽസർനെ അറിയിക്കുകയും ചെയ്തു. സൂര്യനിലെ പാടുകൾ സൂര്യന്റെ പ്രതലത്തിലോ അതിന്റെ അന്തരീക്ഷത്തിലോ കാണുന്നതാണെന്ന് ഗലീലിയോ കത്തുകളിൽ വ്യക്തമാക്കിയിരുന്നു. അവ എന്താണെന്ന് ഉറപ്പിക്കാൻ കഴിയുന്നില്ലെങ്കിലും മേഘങ്ങളെപ്പോലെ തോന്നുന്നുവെന്നും ഗലീലിയോ അഭിപ്രായപ്പെട്ടു. മൂന്നാമത്തെ കത്തിന്റെ അവസാനം കോപ്പർനിക്കസിന്റെ സിദ്ധാന്തത്തിന് അനുകൂലമായ പരാമർശം ഗലീലിയോ നടത്തുകയുണ്ടായി. ഗലീലിയോ എഴുതിയ മൂന്നുകത്തുകൾ ഉൾപ്പെടുത്തിക്കൊണ്ട് *സൂര്യകളങ്കങ്ങളും അതിന്റെ സ്വഭാവവും സംബന്ധിച്ച ചരിത്രവും വെളിപ്പെടുത്തലുകളും (History and Demonstrations Concerning Sun-spots and their Properties)* എന്ന ഗ്രന്ഥം റോമിലെ ലിൻസിയൻ അക്കാദമി 1613 മാർച്ച് മാസത്തിൽ പ്രസിദ്ധീകരിച്ചു. ഇതിൽ സൂര്യനും ആകാശവും കളങ്കിതമാണെന്ന് അഭിപ്രായപ്പെടുന്നുണ്ട്. കോപ്പർനിക്കസിന്റെ സിദ്ധാന്തങ്ങൾക്ക് അനുകൂലമായ പരസ്യമായ നിലപാടാണ് ഗലീലിയോ ഇതിൽ സ്വീകരിച്ചത്.

സൂര്യൻ കറങ്ങുന്നുവെന്ന് ചരിത്രത്തിലാദ്യമായി പ്രസ്താവിച്ചത് 1609 ൽ കെപ്ലർ ആണ്. ഗ്രഹങ്ങളുടെ ചലനത്തെ സൂക്ഷ്മമായി പഠിച്ചും ഗണിതമുപയോഗിച്ചുമാണ് കെപ്ലർ ഈ നിഗമനത്തിൽ എത്തിയത്. സൂര്യകളങ്കങ്ങളുടെ നീക്കം ശ്രദ്ധിച്ച ഗലീലിയോക്ക് സൂര്യൻ കറങ്ങുന്നുവെന്ന് മനസിലായി. സൂര്യകളങ്കങ്ങളുടെ ചലനം നിരീക്ഷിച്ചതിൽ നിന്നും, സൂര്യൻ സ്വന്തം അച്ചുതണ്ടിൽ 27 ദിവസംകൊണ്ട് ഒരു കറക്കം നടത്തുന്നുവെന്ന് അദ്ദേഹം വെളിപ്പെടുത്തി. അതുപോലെതന്നെ, കറങ്ങുന്ന സൂര്യന്റെ അച്ചുതണ്ടിന്റെ ചരിവും ഗലീലിയോ കണക്കുകൂട്ടുകയുണ്ടായി.

ധൂമകേതുക്കൾ

ഇടയ്ക്കിടയ്ക്ക് യാതൊരു ക്രമവും ഇല്ലാതെ പ്രത്യക്ഷപ്പെടുന്ന ധൂമകേതുക്കൾ അഥവാ വാൽനക്ഷത്രങ്ങൾ (Comets) ആകാശവസ്തുക്കളല്ലായെന്ന് അരിസ്റ്റോട്ടിൽ പറഞ്ഞിരുന്നു. ആകാശവസ്തുക്കൾക്കെല്ലാം പൂർണതയും ക്രമവും ചിട്ടയുമുണ്ടായിരിക്കണം. അതില്ലാത്തതിനാൽ ഭൂമിയുടെ അന്തരീക്ഷത്തിൽ നടക്കുന്ന ചില കത്തിക്കാളലുകൾ മാത്രമാണ് ധൂമകേതുക്കളെന്ന് അരിസ്റ്റോട്ടിലിയന്മാർ വിശദീകരിച്ചിരുന്നു.

1618 ഒക്റ്റോബർ, നവംബർ മാസങ്ങളിലായി മൂന്ന് വ്യത്യസ്ത ധൂമകേതുക്കൾ പ്രത്യക്ഷപ്പെട്ടിരുന്നു. റോമൻ കോളേജിലെ ഗണിതശാസ്ത്ര പ്രൊഫസറായ 'ഫാദർ ഒറാഷ്യോ ഗ്രസ്സി' (Orazio Grassi) ധൂമകേതുക്കളെപ്പറ്റി അവിടെ ഒരു പൊതു പ്രഭാഷണം നടത്തി. പ്രഭാഷണത്തിന്റെ ഒരു കൈയെഴുത്തുപ്രതി ഗലീലിയോക്ക് അയച്ചു കൊടുക്കുകയും ചെയ്തു. 1619 തുടക്കത്തിൽ *1618ാം വർഷത്തിലെ മൂന്ന് ധൂമകേതുക്കളെ*

ഒറാഷ്യോ ഗ്രസ്സി

സംബന്ധിച്ചുള്ള ഒരു ജ്യോതിശാസ്ത്ര വിവാദം എന്ന ലഘുലേഖ പ്രസിദ്ധീകരിക്കപ്പെട്ടു. ഈ ലഘുലേഖ ആരുടേതെന്ന കാര്യം വെളിപ്പെടുത്തിയിരുന്നില്ല. ധൂമകേതുക്കളുടെ സ്ഥാനമായിരുന്നു പ്രധാന ചർച്ചാവിഷയം. ധൂമകേതുവിന്റെ സഞ്ചാരപഥം നേർരേഖയാണെന്നും അരിസ്റ്റോട്ടിലിന്റെ ഭൗമകേന്ദ്രസിദ്ധാന്തത്തിന് അനുഗുണമായ രീതിയിൽ ഇതിനെ ന്യായീകരിച്ചുകൊണ്ടും നിരവധി പദ്ധതികൾ 'ഗ്രസ്സി' മുന്നോട്ടു വയ്ക്കുകയും ചെയ്തു. ധൂമകേതു ഒരു നിശ്ചിത ദൂരത്തിൽ ഒരു വൃത്തത്തിന്റെ ഒരു ഖണ്ഡത്തിലൂടെ സഞ്ചരിക്കുന്ന ഒരു ജ്വലിക്കുന്ന വസ്തുവാണെന്നാണ് ഗ്രസ്സി ലഘുലേഖ അവസാനിപ്പിച്ചുകൊണ്ട് പ്രസ്താവിച്ചിരുന്നത്. ഗലീലിയോയുടെ ശിഷ്യരിൽ ഒരാളായ 'മരിയോ ഗുഡുസ്സി' (Mario Guiducci)യുടെ പേരിൽ, ഗ്രസ്സിയുടെ വാദമുഖങ്ങളേയും നിഗമനങ്ങളേയും വിമർശിച്ചുകൊണ്ട് *ധൂമകേതുക്കളെ സംബന്ധിച്ച പ്രഭാഷണം (Discourse on Comets - ഡിസ്കോഴ്സോ ദെല്ലേ കോമെറ്റേ)* എന്ന ലേഖനം 1619 ജൂണിൽ പ്രസിദ്ധീകരിക്കപ്പെട്ടു. വലിയ വിവാദം ഉയർത്തിവിട്ട ഈ പ്രഭാഷണം മരിയോ ഗുഡുസ്സി ഫ്ളോറെൻസിലെ അക്കാദമിയിൽ നടത്തിയിരുന്നു. ഈ ലേഖനത്തിന്റെ മിക്കവാറും ഭാഗങ്ങൾ എഴുതിയിരുന്നത് ഗലീലിയോ ആയിരുന്നുവത്രെ! ഈ ലേഖനത്തിൽ റോമൻ കോളേജിലെ പ്രൊഫസർമാരെ പരിഹസിക്കുകയും ജസ്യൂട്ട് ക്രിസ്റ്റോഫ് ഷെയിനറെ അനാവശ്യമായി ആക്ഷേപിക്കുകയും ചെയ്തിരുന്നു. ഇതിൽ പ്രകോപിതനായ ഗ്രസ്സി തന്റെ വിദ്യാർഥിയെന്ന് ധ്വനിപ്പിച്ചുകൊണ്ട്, 'ലൊതാരിയോ സർസിയോ സിജൻ

സനോ' (Lothario Sarsio Sigensano) എന്ന പേരുവച്ച്, 'ജ്യോതിശാസ്ത്ര പരവും തത്വശാസ്ത്രപരവുമായ തുലനം' എന്ന പേരിൽ വിവാദപരമായ മറുപടി എഴുതി. അതിന് ഗലീലിയോയുടെ തകർപ്പൻ മറുപടിയായിരുന്നു *പരിശോധകൻ (The Assayer - Il Saggiatore).* കോപ്പർനിക്കസിനെ പിന്തുണയ്ക്കാൻ പാടില്ലായെന്ന് റോമിൽനിന്നും നേരത്തേ നൽകിയിരുന്ന നിർദേശത്തിനു വിരുദ്ധമായി 'ഗ്രസ്സി'യുടെ പദ്ധതികളെ എതിർക്കാൻ കോപ്പർനിക്കസിന്റെ സിദ്ധാന്തങ്ങളെ ഉപയോഗപ്പെടുത്തിക്കൊണ്ട്, ധൂമകേതുക്കളുടെ നിരീക്ഷിക്കപ്പെട്ട സഞ്ചാരപഥം വ്യക്തമാക്കിക്കൊണ്ടാണ് ഗലീലിയോ 1623ൽ ഈ പുസ്തകം പ്രസിദ്ധീകരിച്ചത്. കോപ്പർ നിക്കസിന്റെ സിദ്ധാന്തമാണ് വാൽനക്ഷത്രത്തിന്റെ പഥമാവ് വിശദീകരിക്കുന്നതെന്ന്, അക്കാലത്തെ അത്യാധുനിക ഗണിതമുപയോഗിച്ച്, ഗലീലിയോ തെളിയിച്ചു. ഗലീലിയോയുടെ 'സയന്റിഫിക് മാനിഫെസ്റ്റോ' (ശാസ്ത്രീയ നയപ്രഖ്യാപനം) എന്നറിയപ്പെടുന്ന ഈ ഗ്രന്ഥം, ശാസ്ത്രത്തിന്റെ സ്വഭാവത്തിനേയും രീതിയേയും പറ്റിയും ശാസ്ത്രം എങ്ങനെയാണ് പ്രയോഗിക്കപ്പെടേണ്ടത് എന്നതിനെപ്പറ്റിയുമുള്ള ഗലീലിയോയുടെ ആശയങ്ങൾകൊണ്ട് സമ്പുഷ്ടമാണ്. നിരീക്ഷണപരീക്ഷണത്തിലൂടെയും ഗണിതത്തിലൂടെയും ശാസ്ത്രീയ ആശയങ്ങളെ എങ്ങനെ രൂപപ്പെടുത്താമെന്നതിന്റെ മാതൃകയായി ഇതിനെ കാണാവുന്നതാണ്. *പരിശോധകൻ (ദ അസ്സേയർ— ഇൽ സജ്ജിയാറ്റോർ)* എന്ന ഗ്രന്ഥം വിവാദസാഹിത്യത്തിന്റെ ഉത്തമസൃഷ്ടിയായി പരിഗണിക്കപ്പെടുന്നുണ്ട്. വളരെയധികം പ്രശംസിക്കപ്പെട്ട ഈ കൃതിക്ക് സഭയുടെ ഉന്നത സ്ഥാനീയരിൽനിന്നുപോലും പിന്തുണ ലഭിക്കുകയുണ്ടായി. 'ഉർബാൻ എട്ടാമൻ' എന്ന പുതിയ പോപ്പ് ഈ കൃതിയിൽ വളരെ സന്തുഷ്ടനായിരുന്നു. അദ്ദേഹത്തിന്റെ പേരിലാണ് ഇത് സമർപ്പണം നടത്തിയിരുന്നത്.

വേലിയേറ്റവും വേലിയിറക്കവും

ഭൂമിയുടെ രണ്ടുതരത്തിലുള്ള ചലനം ഗലീലിയോ അംഗീകരിച്ചിരുന്നു: സൂര്യനെ ചുറ്റിയുള്ള സഞ്ചാരവും സ്വന്തം അച്ചുതണ്ടിലുള്ള കറക്കവും. ഭൂമിയുടെ വാർഷിക പരിക്രമണവും ദൈനംദിന സ്വയം ഭ്രമണവുമാണ്, സമുദ്രത്തിലെ വേലിയേറ്റത്തിനും വേലിയിറക്കത്തിനും കാരണമായി ഗലീലിയോ കണ്ടത്. 1595 ൽ തന്നെ ഇത്തരത്തിലുള്ള വിശദീകരണം നൽകിത്തുടങ്ങുകയും ചെയ്തു. കോപ്പർനിക്കസിന്റെ സിദ്ധാന്തത്തിന് അംഗീകാരം നൽകണമെങ്കിൽ ഭൂമി സൂര്യനെ ചുറ്റുന്നു എന്നതിന് വസ്തുതാപരമായ ഏതെങ്കിലും ഭൗതികപ്രതിഭാസം ചൂണ്ടിക്കാണിക്കണമെന്ന് കർദിനാൾ ബെല്ലാർമൈൻ 1615 ൽ ആവശ്യപ്പെടുകയുണ്ടായി. ഇതിന് തെളിവായി ഗലീലിയോ തന്റെ വേലിയേറ്റത്തിന്റേയും വേലിയിറക്കത്തിന്റേയും സിദ്ധാന്തം എടുത്തുകാണിച്ചു. പരിക്രമണവും

സ്വയംഭ്രമണവും കാരണം ഭൂമിയുടെ പ്രതലത്തിൽ ഒരു സ്ഥലത്ത് വേഗത കൂടുകയും കുറയുകയും ചെയ്യുന്നതിന്റെ ഫലമായി, ആ സ്ഥലം കടലിലാണെങ്കിൽ അവിടെ വെള്ളം മുന്നോട്ടും പിന്നോട്ടും അടിച്ചുമാറുന്നു എന്നും ഇതാണ് വേലിയേറ്റവും വേലിയിറക്കവും എന്നും ഗലീലിയോ വിശദീകരിച്ചു. ഭൂമി കറങ്ങുന്നു എന്നതിന്റെ തെളിവായി തന്റെ ഈ നിഗമനം ഗലീലിയോ, കർദിനാൾ അലസ്സാൺഡ്രോ ഓർസിനി (Cardinal Alessandro Orsini) യെ എഴുതി അറിയിച്ചു. കോപ്പർനിക്കസിന്റെ വാദങ്ങളെ പിന്തുണയ്ക്കുന്നതിൽനിന്നും ഗലീലിയോയെ സഭാകോടതി കർശനമായി വിലക്കിയതിനുശേഷം, 1616 ജനുവരിയിൽ ഓർസിനിക്കുള്ള സ്വകാര്യകത്ത് എന്ന രൂപത്തിലാണ് *വേലിയേറ്റവും വേലിയിറക്കവും സംബന്ധിച്ച പ്രഭാഷണങ്ങൾ (Discourse on the tides - ഡിസ്കോഴ്സോ സൽഫ്ലൂസ്സോ എ ഇൽ റഫ്ളൂസ്സോ ദെൽ മറെ)* എന്ന കൃതി രചിച്ചത്. വേലിയേറ്റത്തേയും വേലിയിറക്കത്തേയും പറ്റിയുള്ള തന്റെ സിദ്ധാന്തം 1632 ൽ ഗലീലിയോ പ്രസിദ്ധീകരിച്ച *രണ്ടു മുഖ്യലോകവ്യവസ്ഥകളെ സംബന്ധിച്ച സംവാദം* (*Dialogue Concerning Two Chief World Systems* - ഡയലോഗോ സൊപ്ര ഐ ദു മസ്സിമി സിസ്റ്റമി ദെൽ മോണ്ടോ) എന്ന പുസ്തകത്തിൽ ഉൾപ്പെടുത്തിയിരുന്നു. തന്റെ സിദ്ധാന്തത്തിന് പ്രാധാന്യം ലഭിക്കുന്നതിനുവേണ്ടി 1632ലെ പുസ്തകത്തിന്റെ പേര് മാറ്റി പകരം 'വേലിയേറ്റത്തിനേയും സമുദ്രത്തിലെ ഒഴിക്കിനേയും സംബന്ധിച്ച സംവാദം' എന്നാക്കുന്നതിനുപോലും ഗലീലിയോ ആലോചിച്ചിരുന്നുവത്രെ! ഈ സിദ്ധാന്തം ശരിയായിരുന്നുവെങ്കിൽ ഒരുദിവസം ഒരു വേലിയേറ്റം മാത്രമേ ഉണ്ടാകുമായിരുന്നുള്ളൂ. എന്നാൽ, വെനീസിൽ തന്നെ ദിവസവും 12 മണിക്കൂർ ഇടവിട്ട് രണ്ടു വേലിയേറ്റങ്ങൾ ഉണ്ടാകുന്നുണ്ടായിരുന്നു. ഈ അപാകതയ്ക്ക് കാരണം സമുദ്രത്തിലെ ആഴം, ആകൃതി തുടങ്ങിയവയാണെന്ന് ഗലീലിയോ വിശദീകരിച്ചുവെങ്കിലും അത് പൊതുവെ അംഗീകരിക്കപ്പെട്ടില്ല. ഗലീലിയോയുടെ വാദമുഖങ്ങൾ വഞ്ചനാപരമാണെന്ന് പലരും പറഞ്ഞു. എന്നാൽ, ഭൂമിയുടെ ചലനത്തിന് ഭൗതികമായ ഒരു തെളിവ് നൽകുന്നതിനുള്ള വ്യഗ്രതയിൽ വേണ്ടത്ര ആലോചിക്കാതെയാണ് ഈ മോഹിപ്പിക്കുന്ന വാദഗതികൾ ഗലീലിയോ മുന്നോട്ടുവച്ചതാണെന്നാണ് ആൽബർട്ട് ഐൻസ്റ്റൈൻ അഭിപ്രായപ്പെട്ടത്. ഇക്കാര്യത്തിൽ ചന്ദ്രന്റെ സ്വാധീനത്തെ ബന്ധപ്പെടുത്തിക്കൊണ്ട് ജോഹന്നസ് കെപ്ലറും കൂട്ടരും ശരിയായ വിശദീകരണം നൽകുകയുണ്ടായി. എന്നാൽ, ഇതിനെ പ്രയോജനരഹിതമായ കെട്ടുകഥ എന്ന് പറഞ്ഞ് ഗലീലിയോ തള്ളിക്കളഞ്ഞു. ചന്ദ്രന്റെ സ്വാധീനം ഉൾപ്പെടുത്തിക്കൊണ്ടുള്ള ശരിയായ ഒരു സിദ്ധാന്തം ന്യൂട്ടന്റെ കാലത്താണ് രൂപപ്പെട്ടത്.

മൈക്രോസ്കോപ്

ദൂരദർശിനി കണ്ടുപിടിക്കപ്പെട്ട അതേകാലഘട്ടത്തിൽ നടന്നത് തന്നെയായിരുന്നു ഭൂതക്കണ്ണാടിയുടെ ആവിർഭാവവും. 1610 ൽ ഗലീലിയോ ഷഡ്പദങ്ങളുടെ വിവിധഭാഗങ്ങൾ വലുതായി കാണാൻ തന്റെ 'പെഴ്സ്പിസിലം' ഉപയോഗിച്ചു. ഇതിനായി ഉപകരണത്തെ ഷഡ്പദങ്ങളുടെ അടുത്തുവച്ചാണ് നിരീക്ഷിച്ചത്. പക്ഷേ, അതിൽ വസ്തുക്കൾ തലതിരിഞ്ഞാണ് കണ്ടിരുന്നത്. കൂടുതൽ ശക്തിയുള്ള, നേരേ കാണാൻ കഴിയുന്ന ഒരു ഭൂതക്കണ്ണാടി ഗലീലിയോ നിർമിച്ചു. സൂക്ഷ്മവസ്തുക്കളെ വലുതായി കാണുന്നതിനുവേണ്ടി ഉപകരണത്തെ മെച്ചപ്പെടുത്താനുള്ള ശ്രമത്തെത്തുടർന്ന് 1624 ൽ 'കോമ്പൗണ്ട് മൈക്രോസ്കോപ്' (Compound Microscope) നിർമിച്ചു. അക്കൊല്ലം മേയ്മാസത്തിൽ റോമിൽ വച്ച് ലിൻസിയൻ അക്കാദമിയിലെ അംഗങ്ങൾക്ക് താൻ നിർമിച്ച 'കോമ്പൗണ്ട് മൈക്രോസ്കോപ്പ്' കാണിച്ചു കൊടുത്തു. അവിടെവച്ചുതന്നെ ഈ ഉപകരണത്തെ ബവാറിയായിലെ പ്രഭു (Duke of Bavaria)വിനുവേണ്ടി കർദിനാൾ സോളേണ് ഗലീലിയോ സമ്മാനിച്ചു. സെപ്റ്റംബറിൽ മറ്റൊന്ന് സെസിരാജകുമാരനും നൽകി. ലിൻസിയൻ അക്കാദമിയിൽ അംഗമായ 'ഗിയോവന്നി ഫാബർ' (Giovanni Faber) ആണ് 1625ൽ ഗലീലിയോയുടെ പുതിയ ഉപകരണത്തിന് 'മൈക്രോസ്കോപ്' (Microscope) എന്ന പേര് നൽകിയത്. ഗ്രീക്കിൽ 'മൈക്രോ'എന്നാൽ 'ചെറുത്' എന്നാണ്. 1625 ൽ ഗലീലിയോയുടെ മൈക്രോസ്കോപ് ഉപയോഗിച്ച് ശലഭങ്ങളുടെ വിവിധഭാഗങ്ങൾ വിശദമായി രേഖപ്പെടുത്തിയതാണ് കോമ്പൗണ്ട് മൈക്രോസ്കോപ്പുകളുടെ ചരിത്രത്തിൽ ആദ്യത്തെ രേഖയായി പരിഗണിക്കപ്പെടുന്നത്. എന്നാലും കോമ്പൗണ്ട് മൈക്രോസ്കോപ് കണ്ടുപിടിച്ച ആളായി അംഗീകരിക്കപ്പെട്ടിരിക്കുന്നത് സഖറിയാസ് ജാൻസൻ (Zacharias Jansen) ആണ്.

കോംമ്പൗണ്ട് മൈക്രോസ്കോപ്പ്

മറ്റ് ചില കണ്ടുപിടുത്തങ്ങൾ

പ്രപഞ്ചത്തിലെ ഗഹനങ്ങളായ പല വിഷയങ്ങളിൽ ഗണിതവും നിരീക്ഷണ പരീക്ഷണങ്ങളും സമന്വയിപ്പിച്ചുകൊണ്ട് സമർഥമായ രീതിയിൽ സത്യാന്വേഷണം നടത്തുമ്പോൾ തന്നെ, ശാസ്ത്രകൗതുകമു

ണർത്തുന്ന പല ഉപകരണങ്ങളും അദ്ദേഹം ആവിഷ്കരിച്ചിട്ടുണ്ട്. സ്വയം തക്കാളി പറിക്കുന്ന യന്ത്രം, ഭക്ഷണപാത്രമായി വലുതാക്കാൻ കഴിയുന്ന പോക്കറ്റ് ചീർപ്പ്, ബോൾപോയിന്റ് പേനയ്ക്കു സമാനമായ ഒന്ന്, ഒരു മെഴുകുതിരിയും ദർപ്പണവും ഉപയോഗിച്ച് പ്രകാശപ്രതിഫലനത്തിലൂടെ ഒരു കെട്ടിടമാകെ വെളിച്ചം പരത്തുന്ന സംവിധാനം എന്നിങ്ങനെ പോകുന്നു ഉപകരണ നിർമാതാവെന്ന നിലയിലുള്ള അദ്ദേഹത്തിന്റെ കണ്ടുപിടുത്തങ്ങൾ.

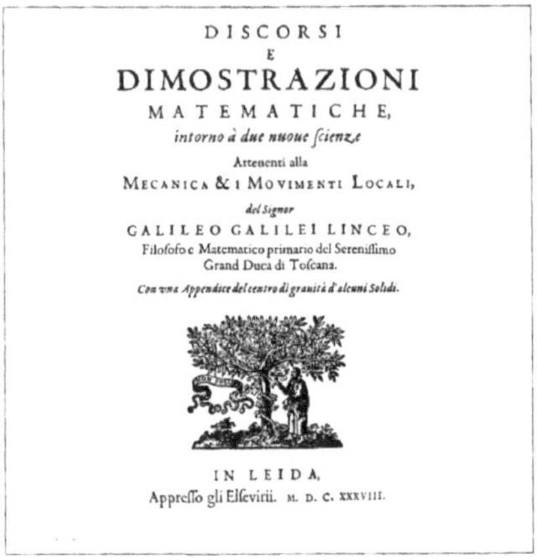
DISCORSI
E
DIMOSTRAZIONI
MATEMATICHE,
intorno à due nuove scienze
Attenenti alla
MECANICA & I MOVIMENTI LOCALI,
del Signor
GALILEO GALILEI LINCEO,
Filosofo e Matematico primario del Serenissimo
Grand Duca di Toscana.
Con vna Appendice del centro di grauità d'alcuni Solidi.
IN LEIDA,
Appresso gli Elsevirii. M. D. C. XXXVIII.

രണ്ടു പുത്തൻ ശാസ്ത്രങ്ങൾ

ഗലീലിയോയുടെ അവസാനത്തെ പുസ്തകം *രണ്ടു പുത്തൻ ശാസ്ത്രങ്ങളെ സംബന്ധിച്ച ചർച്ചയും ഗണിതകപ്രദർശനങ്ങളും (Discourse and Mathematical Demonstrations Relating to Two New Sciences-ഡിസ്കോഴ്സി എ ഡിമോസ്ട്രേസിയോനി മാറ്റൊമറ്റിക്കേ, ഇന്റോ മോ എ ഡീ നോവേ സയൻസേ)* വളരെ പ്രസിദ്ധിനേടി. ഗലീലിയോയുടെ ശാസ്ത്രീയജീവിതത്തിന്റെ സത്താണ് ഈ പുസ്തകമെന്ന് വിശേഷിപ്പിക്കാവുന്നതാണ്. ഇപ്പോൾ 'ശുദ്ധഗതികം' (Kinematics) എന്നും 'പദാർഥങ്ങളുടെ ദൃഢത' (Strength of materials) എന്നും അറിയപ്പെടുന്ന രണ്ടു ശാസ്ത്രശാഖകളിൽ ഗലീലിയോ നടത്തിയ പഠനത്തിന്റെ ക്രോഡീകരണമായിരുന്നു ഈ പുസ്തകം. ഇതിൽ ബലതന്ത്രം, ജഡത്വം, പെൻഡുലം, പദാർഥങ്ങളുടെ ദൃഢത, ശാസ്ത്രത്തിന്റെ രീതി എന്നിങ്ങനെ അനേകം വിഷയങ്ങൾ ഉൾപ്പെടുത്തിയിരുന്നു. സർ ഐസക്ന്യൂട്ടനും ആൽബെർട്ട് ഐൻസ്റ്റൈനും ഈ കൃതിയെ വളരെയധികം പ്രശംസിക്കുകയുണ്ടായി. ഈ കൃതിയുടെ ഫലമായി ഗലീലിയോ 'ആധുനിക ഭൗതികത്തിന്റെ പിതാവ്' (Father of Modern Physics) എന്ന് അറിയപ്പെടുന്നു.

7

ഗലീലിയോയും സഭയും

പതിനഞ്ചാം നൂറ്റാണ്ടിലെ അവസാനകാലം യൂറോപ്പിൽ ക്രൈസ്തവസഭയുടെ ചോദ്യം ചെയ്യപ്പെടാനാവാത്ത അധീശത്വം നിലനിന്നിരുന്നതുകൊണ്ട് ഇറ്റലിയിലെ കത്തോലിക്കാസഭയും അതിന്റെ തലവനായ പോപ്പും ജനങ്ങളെയാകെ ശക്തമായി നിയന്ത്രിച്ചിരുന്നു. ക്രിസ്തുവിനും 322 വർഷങ്ങൾക്കുമുമ്പ് മരിച്ചുപോയ ഗ്രീക്ക് തത്വജ്ഞാനിയായിരുന്ന അരിസ്റ്റോട്ടിലിന്റെ സിദ്ധാന്തങ്ങൾ തങ്ങൾക്ക് അനുയോജ്യമാണെന്നു കണ്ട് നൂറ്റാണ്ടുകൾക്ക് മുമ്പ് തന്നെ സഭ അതിനെ അംഗീകരിച്ചിരുന്നു. അരിസ്റ്റോട്ടിൽ പറഞ്ഞതിൽ ഏതെങ്കിലും തെറ്റാണെന്ന് വന്നാൽ അത് *ബൈബിളിന്റെ* വിശ്വസ്തതയെ ബാധിക്കുമെന്ന് പറഞ്ഞുകൊണ്ട് അരിസ്റ്റോട്ടിലിന്റെ സിദ്ധാന്തങ്ങളൊന്നുപോലും ചോദ്യം ചെയ്യാൻ പാടില്ലാത്തതാണെന്ന കർശനനിലപാട് കത്തോലിക്കാസഭ സ്വീകരിച്ചു. *ബൈബിളിൽ* പറയുന്നതിൽനിന്നും വ്യത്യസ്തമായ പരാമർശം നടത്തുന്നവരേയും അരിസ്റ്റോട്ടിലിന്റെ സിദ്ധാന്തങ്ങളെ പിന്തുണയ്ക്കാത്തവരേയും കണ്ടുപിടിക്കാനും വിചാരണചെയ്യാനും ശിക്ഷിക്കാനും സഭ അധികാരപ്പെടുത്തിയ കോടതിയാണ് 'ഇൻക്വിസിഷൻ' (Inquisition). ശാരീരികവും മാനസികവുമായി അതിക്രൂരമായ ചോദ്യംചെയ്യപ്പെടലുകളും ചുട്ടുകൊല്ലുന്നതുൾപ്പെടെയുള്ള ശിക്ഷാവിധികളും ഈ 'സഭാ കോടതി' നടത്തിയിരുന്നു.

പതിനാറാം നൂറ്റാണ്ടിന്റെ ഉദയത്തോടെ സഭയുടെ അപ്രമാദിത്തം സഭയ്ക്ക് അകത്തുനിന്നും പുറത്തുനിന്നും ചോദ്യം ചെയ്യപ്പെട്ടുതുടങ്ങി. പ്രൊട്ടസ്റ്റന്റ് പ്രസ്ഥാനവും ആംഗ്ലിക്കൻ സഭയുമൊക്കെ രൂപംകൊള്ളുകയും ഇറ്റലിയിലെ പോപ്പിന്റെ അധീനതയിൽനിന്നും അവയൊക്കെ വിട്ടുപോകുകയും ചെയ്തു. ഇറ്റലിയിലും നവോത്ഥാനത്തിന്റെ കാറ്റ് ആഞ്ഞു

വീശുകയുണ്ടായി. കലയിലും സാഹിത്യത്തിലും തത്വചിന്തയിലും തുടങ്ങി സമസ്തമേഖലകളിലും മാറ്റങ്ങൾ ദൃശ്യമായിത്തുടങ്ങി. ഇത് മനസിലാക്കിക്കൊണ്ട് കാതലായ മാറ്റങ്ങൾക്ക് കത്തോലിക്കാസഭയും സന്നദ്ധമാകേണ്ടതായിരുന്നു. അതിനുപകരം തന്ത്രപരമായ ചില നിലപാടുകൾ എടുക്കുകമാത്രമാണവർ ചെയ്തത്. സഭയ്ക്കു പ്രകടമായി ദോഷം ചെയ്യുന്നതല്ലാത്ത പല പുത്തൻ പ്രവണതകളേയും അവഗണിക്കാൻ സഭ തയാറായി. ഉദാഹരണത്തിന്, കഠിനമായ ഗണിതനിർധാരണത്തിലൂടെ വെളിവാക്കപ്പെടുന്ന ശാസ്ത്രസത്യങ്ങൾ സഭയുടെ നിലപാടുകൾക്ക് എതിരാണെങ്കിൽപോലും വളരെ കുറച്ചുപേർക്കുമാത്രമേ അത് മനസിലാകുകയുള്ളൂ എന്ന് കണ്ടുകൊണ്ട് അതിന്റെ പേരിൽ വിവാദമുണ്ടാകാതിരിക്കാൻ സഭ പ്രത്യേകം ശ്രദ്ധിച്ചു. അതേസമയം, സഭാ കോടതി (Inquisition)യുടെ പ്രവർത്തനം ഒട്ടും തന്നെ മയപ്പെടുത്തിയുമില്ല.

ദൈവം മനുഷ്യനെ സൃഷ്ടിച്ചിരിക്കുന്നത് തന്റെ രൂപത്തിലാണെന്നും മനുഷ്യർ അധിവസിക്കുന്ന ഭൂമി പ്രപഞ്ചത്തിന്റെ കേന്ദ്രബിന്ദു ആയിരിക്കുമെന്നും കേന്ദ്രസ്ഥാനത്ത് ചലിക്കാതെ നിൽക്കുന്ന ഭൂമിയെ ചുറ്റി ആകാശവസ്തുക്കളെല്ലാം സഞ്ചരിക്കുകയാണെന്നും മറ്റുമുള്ള അരിസ്റ്റോട്ടിലിന്റെ സിദ്ധാന്തം ശരിയായിരിക്കുമെന്ന് സഭ വിശ്വസിച്ചു. അതിനെ എതിർക്കുന്നവരെ അവിശ്വാസികളാണെന്ന് മുദ്രകുത്തുകയും ചെയ്തു. എന്നിട്ടും, സഭയ്ക്ക് അകത്തുനിന്നുപോലും പലരും അരിസ്റ്റോട്ടിലിന്റെ സിദ്ധാന്തത്തെ ചോദ്യംചെയ്തു. അതിൽ പ്രമുഖനാണ് ക്യൂസയിലെ കർദിനാളായിരുന്ന നിക്കോളാസ് (Nicholas). ഭൂമി പ്രപഞ്ചകേന്ദ്രമാണെന്നും നിശ്ചലമാണെന്നുമുള്ള വാദത്തെ അദ്ദേഹം അംഗീകരിച്ചില്ല. അരിസ്റ്റോട്ടിലിന്റെ പ്രപഞ്ചസിദ്ധാന്തത്തെ വെല്ലുവിളിച്ച കോപ്പർനിക്കസ്, ജിയോർദാനോ ബ്രൂണോ എന്നിവർ ക്രിസ്ത്യൻ പുരോഹിതന്മാരായിരുന്നു; ടൈക്കുബ്രാഹി, ജോഹന്നസ് കെപ്ലർ എന്നിവർ ഉറച്ച ക്രിസ്തുമതവിശ്വാസികളുമായിരുന്നു. നാലിൽ മൂന്നുപേരും ഇറ്റലിക്കു പുറത്തുള്ളവരായിരുന്നതിനാൽ ആ മൂന്നുപേരുടെ കാര്യത്തിൽ സഭയ്ക്കു വേണ്ടത്ര ഇടപെടാൻ കഴിഞ്ഞില്ല. എന്നാൽ, ഇറ്റലിക്കാരനായ ബ്രൂണോയെ മതകോടതിയിലെ വിചാരണയ്ക്കു വിധേയനാക്കുകയും ചുട്ടുകൊല്ലുകയും ചെയ്തു. 1600 ൽ നടന്ന ക്രൂരസംഭവമാണിത്.

ഈ കാലഘട്ടത്തിലാണ് ഇറ്റലിക്കാരനായ ഗലീലിയോ ഈ വിഷയങ്ങളിൽ തന്റേതായ ശാസ്ത്രീയരീതിയുമായി മുന്നോട്ടു പോയത് എന്നത് നിസ്സാരമല്ല. ഗലീലിയോ ഒരിക്കലും ക്രിസ്തീയ സഭയെയോ മതപരമായ കാര്യങ്ങളേയോ ചോദ്യം ചെയ്തിരുന്നില്ല. എന്നാൽ അരിസ്റ്റോട്ടിലിന്റെ ആധികാരികതയ്ക്ക് വെല്ലുവിളി ഉയർത്തിയിരുന്നു.

ബൈബിളിൽ ഭൂമിയെപ്പറ്റി എന്താണ് പറഞ്ഞിരിക്കുന്നതെന്ന് നോക്കാം;

സങ്കീർത്തനങ്ങൾ 93:1,96:10, 1 ദിനവൃത്താന്തം 16:30 എന്നിവ പ്രസ്താവിക്കുന്നത്, "ലോകം ഉറപ്പിച്ച് സ്ഥാപിച്ചിരിക്കുകയാണ്, അതിന് അന

ങ്ങാൻ പറ്റില്ല" എന്നും സങ്കീർത്തനം 104:5 പറയുന്നത്, "ദൈവം ഭൂമിയെ അതിന്റെ അടിത്തറയിൽ ഉറപ്പിച്ചിരിക്കുകയാണ്; അതിനെ അനക്കാൻ കഴിയില്ല" എന്നുമാണ്. അതോടൊപ്പം സഭാപ്രസംഗി 1:5 പറയുന്നതാകട്ടെ, "സൂര്യൻ ഉദിക്കുകയും അസ്തമിക്കുകയും അതിന്റെ സ്ഥാനത്തേക്ക് തിരിച്ചുവരുകയും ചെയ്യുന്നു" എന്നും. വേദഗ്രന്ഥത്തിൽ ചരിത്രത്തിന്റേയോ നിർദേശത്തിന്റേയോ രീതിയിലല്ലാതെ പദ്യത്തിന്റേയും പാട്ടിന്റേയും രീതി അവലംബിച്ചിരിക്കുന്നതിനാൽ, ഓരോ ഭാഗത്തേയും അതിന്റെ അക്ഷരാർഥത്തിലല്ലാ എടുക്കേണ്ടതെന്ന അഗസ്റ്റ്യന്റെ നിലപാടാണ് ശരിയെന്ന് ഗലീലിയോ വിശ്വസിച്ചിരുന്നു. ഭൂമിയിൽ ഇരുന്നുകൊണ്ട് ഗ്രന്ഥരചന നടത്തിയതിനാൽ ആകാശത്തേക്ക് നോക്കുമ്പോൾ സൂര്യൻ ഉദിക്കുകയും അസ്തമിക്കുകയും ചെയ്യുന്നുവെന്നല്ലാതെ എഴുതാൻ കഴിയുകയില്ലല്ലോ; അതിനാൽ സൗരകേന്ദ്രസിദ്ധാന്തത്തെ പിന്തുണയ്ക്കുന്നത് വേദഗ്രന്ഥത്തിൽ പറഞ്ഞിരിക്കുന്നതിന് വിരുദ്ധമല്ലായെന്ന് ഗലീലിയോ ചൂണ്ടിക്കാണിച്ചു. ഗലീലിയോ പറയുന്നു: "ഭൗതികപ്രശ്നങ്ങളെ സംബന്ധിച്ച ചർച്ച ആരംഭിക്കേണ്ടത് വേദഗ്രന്ഥത്തിലെ വരികളുടെ ആധികാരികതയിൽ നിന്നല്ല; പിന്നെയോ, ഇന്ദ്രിയാനുഭവങ്ങളിലൂടെയും അവശ്യമായും പ്രകടമാകുന്ന തെളിവുകളിലൂടെയും ആയിരിക്കണമെന്ന് ഞാൻ കരുതുന്നു....... *ബൈബിളി*ലെ പാവനമായ പ്രസ്താവനകളെക്കാളും ഒട്ടും കുറവല്ലാത്തവിധത്തിൽ ദൈവം പ്രകൃതിയിലെ പ്രതിഭാസങ്ങളിൽ ഉജ്വലമായി വെളിവാക്കപ്പെട്ടിരുന്നു." പ്രപഞ്ചത്തെ പഠിക്കുന്നതിന് ഗലീലിയോ ഉയർത്തിക്കൊണ്ടുവന്ന ശാസ്ത്രീയരീതി അനുസരിച്ച്, പരീക്ഷണങ്ങളിലൂടെയും നിരീക്ഷണങ്ങളിലൂടെയും ആയിരിക്കണം ശരിയും തെറ്റും നിർണയിക്കേണ്ടത്. ചോദ്യം ചെയ്യപ്പെടാൻ പാടില്ലാത്തതൊന്നും ശാസ്ത്രത്തിലില്ലായെന്നായിരുന്നു ഗലീലിയോയുടെ നിലപാട്.

പരീക്ഷണങ്ങൾക്കും നിരീക്ഷണങ്ങൾക്കും പ്രാധാന്യം നൽകുന്ന ഗലീലിയൻ രീതി ഉപയോഗിച്ചുകൊണ്ട്, പള്ളികൾ ഉയർത്തിപ്പിടിക്കുന്നതും സർവകലാശാലകളിൽ പഠിപ്പിച്ചുകൊണ്ടിരിക്കുന്നതുമായ അരിസ്റ്റോട്ടിലിന്റേതുൾപ്പെടെയുള്ള പാരമ്പര്യസിദ്ധാന്തങ്ങളെ തിരുത്തിക്കണമെന്ന് ഒരു വിഭാഗം പണ്ഡിതർ അക്കാലത്ത് നിലപാടെടുത്തു. അധികാരികൾ പഠിപ്പിച്ചുവച്ചിരുന്ന പലതും പരീക്ഷണനിരീക്ഷണങ്ങളിലൂടെ തെറ്റാണെന്ന് ബോധ്യപ്പെട്ട പലരും അങ്കലാപ്പിലായി. ഗലീലിയോയുടെ ദൂരദർശിനിയിലൂടെ ആകാശത്തേക്കുനോക്കാൻ പാദുവായിലെ പ്രൊഫസറായ ക്രമോനിനിയെപ്പോലെ പലരും ഭയപ്പെട്ടു. തങ്ങളിതുവരെ വിശ്വസിച്ചിരുന്നതിൽനിന്നും വളരെ വ്യത്യസ്തമായ കാഴ്ചകളാണ് ദൂരദർശിനിയിലൂടെ വെളിവാക്കപ്പെടുന്നുവെന്നായിരുന്നുകാരണം, തന്റെ ദൂരദർശിനിയിൽകൂടി നോക്കി വ്യാഴം എന്ന ഗ്രഹത്തേയും അതിന്റെ ഉപഗ്രങ്ങളേയും കാണാൻ ഗലീലിയോ ഒരു പാതിരിയെ ക്ഷണിച്ചപ്പോൾ ദൂരദർശിനി ചെകുത്താൻ ആവേശിച്ചതാണെന്ന് പറഞ്ഞ് ആ പാതിരി ക്ഷണം

നിരസിച്ചുവത്രെ! അതായിരുന്നു അന്നത്തെ അവസ്ഥയെങ്കിലും താനുണ്ടാക്കിയ ദൂരദർശിനിയിലൂടെ ചന്ദ്രനേയും ഗ്രഹങ്ങളേയും മറ്റും നിരീക്ഷിച്ചുകൊണ്ട്, വ്യാഴത്തിന്റെ ഉപഗ്രഹങ്ങളെയും ശനിയുടെ വളയത്തേയും കാണിച്ചുകൊടുത്തുകൊണ്ട് ഗലീലിയോ പരമ്പരാഗത ജ്യോതിശാസ്ത്രത്തേയും പ്രപഞ്ചവീക്ഷണത്തേയും മാറ്റിമറിച്ചു. ഇത് കത്തോലിക്കാസഭയിൽ പലരേയും ചൊടിപ്പിക്കുകയുണ്ടായി. ഗലീലിയോയുടെ സഹപ്രവർത്തകരിൽ അസൂയാലുക്കളായ ചിലരും കിട്ടിയ അവസരം പാഴാക്കിയില്ല. ഗലീലിയോയുടെ രീതികൾ സഭയ്ക്കിഷ്ടപ്പെടാതായി. 'യഥാർഥത്തിലുള്ള ലോകത്തെ നിരീക്ഷിച്ചുകൊണ്ട്, ലോകമെങ്ങനെ പ്രവർത്തിക്കുന്നുവെന്ന് മനസിലാക്കാൻ കഴിയുമെന്ന ഗലീലിയോയുടെ സിദ്ധാന്തം കേന്ദ്രബിന്ദുവായാണ് കത്തോലിക്കാസഭയും ഗലീലിയോയും തമ്മിലുള്ള അഭിപ്രായവ്യത്യാസം ഉണ്ടായത്' എന്നാണ് *സമയത്തിന്റെ ഒരു സംക്ഷിപ്തചരിത്രം* എന്ന പുസ്തകത്തിൽ 'സ്റ്റീഫൻ ഹോക്കിങ്' എഴുതിയത്.

യാഥാസ്ഥിതികരുടേയും സഭയുടേയും എതിർപ്പ് ഉണ്ടാകുമെന്ന് ഗലീലിയോ മുൻകൂട്ടി കണ്ടിരുന്നു. അതുകൊണ്ട് വളരെ തന്ത്രപരമായാണ് ഗലീലിയോ നീങ്ങിയത്. കെപ്ലർ അയച്ചുകൊടുത്ത പുസ്തകങ്ങളെ പ്രകീർത്തിച്ച് മറുപടി അയച്ച ഗലീലിയോട് തനിക്കുള്ള പിന്തുണ പരസ്യമായി പ്രഖ്യാപിക്കണമെന്ന് കെപ്ലർ അഭ്യർഥിച്ചുവെങ്കിലും ഗലീലിയോ പ്രതികരിച്ചില്ല. ജർമനിയെ അപേക്ഷിച്ച് ഇറ്റലിയിൽ പോപ്പിന്റെ സ്വാധീനം നിസ്സാരമല്ലാ എന്ന ബോധ്യംകൊണ്ടുതന്നെയാണ് ഗലീലിയോ സൂത്രത്തിൽ തന്റെ നിലപാട് പരസ്യപ്പെടുത്താതിരുന്നത്. ശാസ്ത്രസത്യങ്ങളെ പുറത്തുകൊണ്ടുവരുന്നതിൽ വളരെ മികവ് കാട്ടിയിരുന്ന ഗലീലിയോ തന്റെ കണ്ടുപിടുത്തങ്ങൾ എത്രയും പെട്ടെന്ന് പുറംലോകത്തേക്ക് വിളിച്ചു പറയുന്നതിൽ അമാന്തം വരുത്തുന്നതായും നേരെ ചൊവ്വേ പറയുന്നതിനുപകരം വളച്ചുകെട്ടി പറയുന്ന രീതി പലപ്പോഴും അവലംബിച്ചിരുന്നതായും കാണാൻ കഴിയും. അക്കാലത്തെ അറിയപ്പെടുന്ന വിജ്ഞാനികളിൽനിന്നും ഒഴിഞ്ഞു നിൽക്കാൻ പല അവസരങ്ങളിലും ഗലീലിയോ ശ്രദ്ധിച്ചിരുന്നു. ഗണിതശാസ്ത്രത്തിലൂടെ പല തത്വങ്ങളും ആവിഷ്കരിച്ചതുകാരണം ഗണിതമറിയാത്തവരുടെ ആക്രമണത്തിൽനിന്നും, മാത്രമല്ല സഭയുടെ നിയന്ത്രണങ്ങളിൽനിന്നുപോലും പലപ്പോഴും രക്ഷപ്പെട്ടിരുന്നു. പക്ഷേ ഗലീലിയോയുടെ ജ്യോതിശാസ്ത്രകണ്ടുപിടുത്തങ്ങൾ പുറത്തുവന്നതോടുകൂടി ഒഴിഞ്ഞും മറഞ്ഞും നിൽക്കാൻ കഴിയാത്ത വിധത്തിൽ അദ്ദേഹം പ്രസിദ്ധനാവുകയും ഏതു നീക്കവും പൊതുവെ ശ്രദ്ധിക്കപ്പെട്ടു തുടങ്ങുകയും ചെയ്തു. എതിരാളികളുടെ എണ്ണവും വർധിച്ചു. വളരെ ജാഗ്രതയോടെയാണ് ഗലീലിയോ മുന്നോട്ട് നീങ്ങിയത്. കിട്ടുന്ന അവസരങ്ങളിലൊക്കെ നാട്ടിലെ ഏറ്റവും ഉന്നതരെ പാട്ടിലാക്കാൻ അദ്ദേഹം പരമാവധി ശ്രമിച്ചിരുന്നു. കൗതുകകരമായ കണ്ടുപിടുത്തങ്ങളുടെ മാതൃകകൾ സമ്മാനിച്ചും പുതിയതായി

കണ്ടുപിടിക്കപ്പെട്ടവയ്ക്ക് ഉന്നതന്മാരുടെ പേരുകൾ നൽകിയും പുസ്തകങ്ങൾ സമർപ്പണം നടത്തിയും മറ്റും ഒരു പരിധിവരെ അതിൽ വിജയിക്കുകയും ചെയ്തു.

പരീക്ഷണനിരീക്ഷണങ്ങൾക്ക് ഊന്നൽ നൽകുന്ന ശാസ്ത്രജ്ഞനെന്ന നിലയിലും ഗണിതജ്ഞനെന്ന നിലയിലും അരിസ്റ്റോട്ടിലിന്റെ വാദങ്ങൾക്കെതിരെയും കോപ്പർനിക്കസിന്റെ വാദങ്ങൾക്കനുകൂലമായും മാത്രമേ ഗലീലിയോക്ക് നിലപാടെടുക്കാൻ കഴിയുമായിരുന്നുള്ളൂ. കത്തോലിക്കാസഭയ്ക്ക് ഗലീലിയോ കോപ്പർനിക്കസിന്റെ സിദ്ധാന്തത്തെ പിന്തുണയ്ക്കുന്നത് ഇഷ്ടപ്പെട്ടിരുന്നില്ല. ഭൂമി സൂര്യനെ ചുറ്റുന്നു എന്ന പ്രസ്താവം വേദപുസ്തകത്തെ ധിക്കരിക്കലാണെന്ന കാരണം പറഞ്ഞ് ഗലീലിയോയെ മതനിഷേധിയാണെന്ന് മുദ്രകുത്തി. ദൂരദർശിനിയിലൂടെ വാനനിരീക്ഷണം നടത്തുന്ന ആർക്കുംതന്നെ കോപ്പർനിക്കസിന്റെ സൗരകേന്ദ്രസിദ്ധാന്തത്തെ നിഷേധിക്കാൻ കഴിയില്ലായെന്ന് വന്നു. യാഥാസ്ഥിതിക്കാരുടേയും സഭയുടേയും താൽപ്പര്യങ്ങൾ മറ്റൊന്നായിരുന്നുവല്ലോ. കോപ്പർനിക്കസ് ശരിയെന്നുവന്നാൽ *ബൈബിളിലും* മതത്തിലുമുള്ള വിശ്വാസം തകരുമെന്ന് അവർ ഭയപ്പെട്ടു. കൂട്ടത്തിൽ, മതസ്ഥാപനങ്ങളുടെ അധികാരവും നഷ്ടപ്പെടുമല്ലോ. തുടക്കത്തിൽ ഇത്രയേറെ എതിർപ്പ് ഗലീലിയോ പ്രതീക്ഷിച്ചതേയില്ല. ഇത് സംബന്ധിച്ച് *ദി അസന്റ് ഓഫ് മാൻ* എന്ന പുസ്തകത്തിൽ ജെ ബ്രോണോവ്സ്കി എഴുതുന്നു: "കോപ്പർനിക്കസ് ശരിയാണെന്ന് കാണിക്കുക മാത്രമാണ് താൻ ചെയ്യേണ്ടതെന്നും എല്ലാവരും അത് ശ്രദ്ധിക്കുമെന്നും ഗലീലിയോ വിചാരിച്ചു. അത് അദ്ദേഹത്തിന്റെ ഒന്നാമത്തെ തെറ്റിദ്ധാരണ ആയിരുന്നു. ആളുകൾക്ക് എന്താണ് പ്രേരകശക്തി എന്നതിനെ സംബന്ധിച്ച് നിഷ്കപടമായതിന്റെ അബദ്ധം."

ഇതൊക്കെയാണെങ്കിലും ഗലീലിയോയുടെ ആരാധകരുടെ എണ്ണവും വർധിച്ചുവന്നു. ഗലീലിയോയുടെ ടെലിസ്കോപ്പിലൂടെ ദൃശ്യങ്ങൾ കണ്ട് അത്ഭുതപരതന്ത്രരായ പല പ്രഭുക്കന്മാരും (ഫ്ളോറെൻസിലെ ഭരണാധികാരിയായ കോസിമോ പ്രഭു ഉൾപ്പെടെ) ആരാധകരായി മാറി. ഇതിൽ അസൂയാലുക്കളായ പലരും ഗലീലിയോക്കെതിരെ കരുക്കൾ നീക്കി. ഇക്കൂട്ടത്തിൽപ്പെട്ട ഒരു ജെസ്യൂട്ട് ആയിരുന്നു ക്രിസ്റ്റോഫ് ഷെയിനർ (Christoph Scheiner). അരിസ്റ്റോട്ടിലിനെ പിന്തുണയ്ക്കുന്നതിനുവേണ്ടി സൂര്യകളങ്കങ്ങളെ സംബന്ധിച്ച് 1612 ൽ ഷെയിനർ പുസ്തകമെഴുതിയ കാര്യവും, തന്റെ ദൂരദർശിനിയിലൂടെയുള്ള നിരീക്ഷണഫലങ്ങൾ ഉപയോഗിച്ച് ഷെയിനറുടെ വാദങ്ങളെ ഗലീലിയോ ഖണ്ഡിച്ച കാര്യവും കഴിഞ്ഞ അധ്യായത്തിൽ സൂചിപ്പിച്ചിരുന്നു. ഗലീലിയോടുള്ള വിദ്വേഷം വർധിച്ച ഷെയിനർ, ഗലീലിയോ മതവിരുദ്ധമായ കാര്യങ്ങൾ പ്രചരിപ്പിക്കുന്നതായി ആരോപിച്ചു. ഈ വിവാദം കൊടുമ്പിരിക്കൊണ്ടിരിക്കുന്ന സമയത്ത്, 1614 ഡിസംബറിൽ ഒരു ഡൊമിനിക്കൻ പുരോഹിതനായ തോമസ് കാസ്സിനി (Thomas Caccini), കോപ്പർനിക്ക

സിന്റെ സിദ്ധാന്തങ്ങളെ പിന്തുണയ്ക്കുന്നതിന്റെ പേരിൽ ഗലീലിയോയെ ശക്തിയായി പഴിക്കുകയും ഗലീലിയോ മതവിശ്വാസത്തിനെതിരെ പ്രവർത്തിക്കുന്നുവെന്ന് പ്രഖ്യാപിക്കുകയും ചെയ്തു. ഇതിനിടയ്ക്ക് ഗലീലിയോ, കോപ്പർനിക്കസ് സിദ്ധാന്തത്തെ പ്രകീർത്തിച്ചുകൊണ്ട് 'കാസ്റ്റെല്ലിക്കുള്ള കത്ത്' എഴുതിയിരുന്നു. (ഗലീലിയോയുടെ ശിഷ്യനായിരുന്നു കാസ്റ്റെല്ലി). ഗലീലിയോ കോപ്പർനിക്കസിന്റെ വീക്ഷണം വച്ച് പുലർത്തുന്നതിനെതിരെ, 1615 ഫെബ്രുവരിയിൽ, ഒരു ഡൊമിനിക്കൻ സന്യാസിയായ നിക്കോളോ ലോറിനി (Niccolo Lorini), സഭാകോടതിയിൽ പരാതി എഴുതി സമർപ്പിച്ചു. പരാതിയോടൊപ്പം കാസ്റ്റെല്ലിക്കുള്ള കത്തിന്റെ പകർപ്പും സമർപ്പിക്കുകയുണ്ടായി. അടുത്തമാസം തന്നെ, വത്തിക്കാനിലെ ഒരു മുഖ്യ ഉദ്യോഗസ്ഥനായ മോൺസിഞ്ഞോർ 'പിയറോ ഡിനി' (Piero Dini) ക്ക് തന്റെ കാഴ്ചപ്പാടുകൾ ന്യായീകരിച്ചുകൊണ്ട് ഒരു നീണ്ട കത്ത് ഗലീലിയോ അയയ്ക്കുകയുണ്ടായി. അപ്പോഴും ഗലീലിയോ സ്വയം വിശ്വസിച്ചത് താൻ ശരിയായ ഒരു കത്തോലിക്കനും നല്ലൊരു ദൈവവിശ്വാസിയും ആണെന്നു തന്നെയാണ്. അന്ധവിശ്വാസത്തിന്റെ ഇരുൾ മാറ്റി പ്രകാശം പരത്തുന്ന ജോലി മാത്രമാണ് താൻ ചെയ്യുന്നതെന്ന് ഗലീലിയോ ഉറച്ചുവിശ്വസിച്ചിരുന്നു. 1615 ഡിസംബറിൽ ഗലീലിയോയെ റോമിലേക്ക് വിളിച്ചുവരുത്തുകയും കോപ്പർനിക്കസിനെ തള്ളിപ്പറയാൻ ആവശ്യപ്പെടുകയും ചെയ്തു. പ്രപഞ്ചകേന്ദ്രത്തിൽ സൂര്യനാണെന്നത് താത്വികവിഡ്ഢിത്തവും മതനിഷേധവും ആണെന്നും ഭൂമിക്ക് വാർഷികചലനമെന്നത് മറ്റൊരു താത്വികവിഡ്ഢിത്തവും വൈദികശാസ്ത്രമനുസരിച്ച് തെറ്റാണെന്നും സഭാകോടതി (Inquisition)1616 ഫെബ്രുവരിയിൽ പ്രഖ്യാപിച്ചു. പോപ്പ് പോൾ അഞ്ചാമന്റെ ഉത്തരവനുസരിച്ച് കർദിനാൾ ബെല്ലാർ മൈൻ അദ്ദേഹത്തിന്റെ താമസസ്ഥലത്തേക്ക് ഗലീലിയോയെ വിളിച്ചു വരുത്തുകയും കേന്ദ്രത്തിൽ നിൽക്കുന്ന സൂര്യന് ചുറ്റും ഭൂമി ചലിക്കുന്നുവെന്ന ആശയം ഉയർത്തുന്നതിനും പിന്തുണയ്ക്കുന്നതിനും എതിരെ മുന്നറിയിപ്പ് നൽകുകയും ചെയ്തു. ഈ വിഷയം പ്രസംഗത്തിലോ എഴുത്തിലോ പരാമർശിക്കാൻ പാടില്ലായെന്നും ഗലീലിയോയെ വിലക്കി. കത്തോലിക്കാസഭയെ ഇഷ്ടപ്പെട്ടിരുന്ന ശക്തനായ മതവിശ്വാസിയായിരുന്നുവെങ്കിലും അരിസ്റ്റോട്ടിലിന്റെ പല സിദ്ധാന്തങ്ങളേയും എതിർക്കുന്നതിൽ ഗലീലിയോ ഒരു വിട്ടുവീഴ്ചയും ചെയ്തിരുന്നില്ല. ഇതു രണ്ടും കൂടെ യോജിക്കുന്നില്ലയെന്നായിരുന്നു സഭയുടെ നിലപാട്. എന്തായാലും, കോപ്പർനിക്കസിനുള്ള പിന്തുണ പിൻവലിക്കാമെന്നും സഭയ്ക്ക് അനിഷ്ടമുണ്ടാകുന്ന സിദ്ധാന്തങ്ങൾ പഠിപ്പിക്കുകയില്ലായെന്നും പോപ്പിന്റെ പ്രതിനിധിയുടെ മുമ്പിൽ ഗലീലിയോക്കു സമ്മതിക്കേണ്ടിവന്നു. 1616 മാർച്ചിൽ ഗലീലിയോ പോപ്പ് പോൾ അഞ്ചാമനെ നേരിട്ടുകണ്ടു സംസാരിച്ചു. അതിനെത്തുടർന്ന് മേയ്മാസത്തിൽ കർദിനാൾ ബെല്ലാർമൈൻ ഗലീലിയോക്ക് എഴുതിയ കത്തിൽ, സഭാ കോടതി ഗലീലിയോയെ വിചാരണ ചെയ്യുകയോ കുറ്റവാളിയെന്ന് വിധിക്കുകയോ

ചെയ്തിട്ടില്ലായെന്ന് വ്യക്തമാക്കുകയും ചെയ്തു. ഈ സാഹചര്യത്തിലും സൗരയൂഥസിദ്ധാന്തം ചർച്ച ചെയ്യുന്നതിൽ ഗലീലിയോ യാതൊരു തടസവും കണ്ടില്ല. 1616 ജൂൺമാസത്തിൽ 'ഫ്രാൻസെസ്കോ ഇംഗോളി' (Francesco Ingoli) എന്നയാളുമായി ഗലീലിയോക്കു വാഗ്വാദത്തിലേർപ്പെടേണ്ടിവന്നു. അവസാനം രണ്ടുപേരും ഒരു ധാരണയിലെത്തി. ഇംഗോളി അയാളുടെ വാദങ്ങൾ നിരത്തി ലഘുലേഖ തയാറാക്കും; ഗലീലിയോ അതിന് മറുപടി എഴുതണം. *കോപ്പർനിക്കസിന്റെ വ്യവസ്ഥയ്ക്കു വിരുദ്ധമായി, ഭൂമിയുടെ സ്ഥാനവും സ്ഥിരതയും സംബന്ധിച്ച വിവാദം* എന്ന ലഘുലേഖ ഇംഗോളി എഴുതി. അതിൽ കോപ്പർനിക്കസിനെതിരെ വേദഗ്രന്ഥത്തിലെ വാദമുഖങ്ങളാണ് നിരത്തിയത്. പക്ഷേ, അത് പ്രസിദ്ധീകരിക്കുകയുണ്ടായില്ല. സഭാകോടതിയുടെ തീരുമാനം കാരണം, ഈ ലേഖനത്തിന് ഗലീലിയോ മറുപടിയും എഴുതിയില്ല. അതേപോലെ, തന്റെ ശിഷ്യനും ഗണിതജ്ഞനുമായ കാസ്റ്റെല്ലിക്ക് അയയ്ക്കുന്ന രീതിയിൽ ശാസ്ത്രത്തേയും മതത്തേയും സംബന്ധിച്ച് എഴുതിയ 'കാസ്റ്റെല്ലിക്കുള്ള കത്ത്' സഭാകോടതി പരസ്യമായി കുറ്റാരോപണം നടത്തി, എതിർത്തതുകൊണ്ട് 1615ൽ തന്നെ അതിന്റെ പുനരാവിഷ്കരണം നടത്തി 'പ്രഭി ക്രിസ്റ്റിനായ്ക്കുള്ള കത്ത്' തയാറാക്കിയിരുന്നു. പക്ഷേ, 1636 ൽ മാത്രമേ അതിന്റെ പ്രസിദ്ധീകരണം നടന്നുള്ളൂ എന്നത് മറ്റൊരു കാര്യം. എന്തായാലും സഭാകോടതിയുടെ ഇടപെടൽ ഉണ്ടായതിനുശേഷം ഏതാനും വർഷങ്ങൾ വിവാദങ്ങളിൽപ്പെടാതിരിക്കാൻ ഗലീലിയോ പ്രത്യേകം ശ്രദ്ധിച്ചിരുന്നു.

വീണ്ടും വിവാദം ഉയർന്നുവന്നത് 1619 ൽ *ധൂമകേതുക്കളെ സംബന്ധിച്ച പ്രഭാഷണം* പ്രസിദ്ധീകരിക്കപ്പെട്ടതോടെയാണ്. ധൂമകേതുക്കളെ സംബന്ധിച്ച് ഫാദർ ഗ്രസ്സിയുടെ അഭിപ്രായങ്ങളെ വിമർശിച്ചുകൊണ്ട് എഴുതിയ പ്രസ്തുത ലേഖനത്തിന്റെ ആദ്യഭാഗത്തുതന്നെ ജെസ്യൂട്ട് ക്രിസ്റ്റോഫ് ഷെയിനറെ അനാവശ്യമായി ആക്ഷേപിക്കുകയും ലേഖനത്തിന്റെ പലഭാഗത്തും റോമൻ കോളേജിലെ പ്രൊഫസറന്മാരെ പരിഹസിക്കുകയും ചെയ്തിരുന്ന വിവരം മുൻ അധ്യായത്തിൽ സൂചിപ്പിച്ചിരുന്നല്ലോ. ഇത് ജെസ്യൂട്ടിൽ വളരെയേറെ അപ്രീതിക്കുകാരണമായി. മുൻകാലങ്ങളിൽ ഗലീലിയോയുടെ ആശയങ്ങളോട് അനുഭാവമുണ്ടായിരുന്ന പല ജെസ്യൂട്ട്സും, ഗലീലിയോയും ഗ്രസിയും തമ്മിലുള്ള തർക്കം മുറുകിയതോടെ, ഗലീലിയോയിൽനിന്നും അകന്നു. പിന്നീട് കിട്ടിയ അവസരങ്ങളിലെല്ലാം അവർ ഗലീലിയോക്കെതിരെ ശക്തമായ നിലപാടാണെടുത്തത്.

1623 ആഗസ്റ്റിൽ, പോപ്പ് ഗ്രിഗറി പതിനഞ്ചാമന്റെ മരണത്തെത്തുടർന്ന്, ഗലീലിയോയുടെ സുഹൃത്തും ആരാധകനുമായിരുന്ന കർദിനാൾ മഫിയോ ബാർബറിനി പുതിയ പോപ്പ് ആയി തെരഞ്ഞെടുക്കപ്പെടുകയും അദ്ദേഹം 'ഉർബാൻ എട്ടാമൻ' എന്ന പേര് സ്വീകരിക്കുകയും ചെയ്ത വിവരം മുൻ അധ്യായത്തിൽ പറഞ്ഞിരുന്നല്ലോ. 1616 ൽ ഗലീലിയോയെ

കുറ്റക്കാരനെന്ന് വിധിക്കുന്നതിനെതിരെ ശക്തമായ നിലപാട് അദ്ദേഹം എടുക്കുകയും ചെയ്തിരുന്നു. 1623 ഫെബ്രുവരിയിൽ റോമൻ സെൻസർമാരിൽനിന്നും പ്രസിദ്ധീകരണാനുമതി ലഭിച്ചിരുന്ന *പരിശോധകൻ* (The Assayer) അക്കൊല്ലം ഒക്ടോബറിൽ ലിൻസിയൻ അക്കാദമിയുടെ ആഭിമുഖ്യത്തിൽ പ്രസിദ്ധീകരിച്ചപ്പോൾ ഗലീലിയോ അതിന്റെ സമർപ്പണം നടത്തിയത് പോപ്പ് ഉർബാൻ എട്ടാമനായിരുന്നു. *പരിശോധകൻ* പൊതുവേ പുകഴ്ത്തപ്പെട്ടുവെങ്കിലും അത് സഭയുടെ ചിന്താഗതിക്ക് അനുസരണമായിരുന്നില്ല. 1624 ഏപ്രിലിൽ അറുപതുകാരനായ ഗലീലിയോയെ വീണ്ടും റോമിലേക്ക് വിളിച്ചു വരുത്തി. അവിടെ ഗലീലിയോ പോപ്പ് ഉർബാൻ എട്ടാമനെ ആറുപ്രാവശ്യം കണ്ട് വിശദീകരണം നൽകി. കൂടാതെ, പല കർദിനാളന്മാരേയും ഒറ്റയ്ക്കും കണ്ടു. ഒരു ഗണിതസങ്കൽപ്പമെന്ന രീതിയിൽ കോപ്പർനിക്കസിന്റെ സിദ്ധാന്തത്തെക്കുറിച്ച് എഴുതുകയാണെങ്കിൽ അതിന് ഗലീലിയോക്ക് എല്ലാവിധ പിന്തുണയും പോപ്പ് വാഗ്ദാനം ചെയ്തു. അങ്ങനെ എഴുതുന്ന പുസ്തകത്തിൽ സൗരകേന്ദ്രസിദ്ധാന്തം ഉയർത്തിക്കാട്ടാതിരിക്കാൻ ശ്രദ്ധിക്കണമെന്നും അതിന് അനുകൂലമായും പ്രതികൂലമായും വാദമുഖങ്ങൾ അവതരിപ്പിക്കുകമാത്രമേ ചെയ്യാവൂവെന്നും പോപ്പ് ഗലീലിയോട് വ്യക്തിപരമായി ആവശ്യപ്പെട്ടിരുന്നു. കൂടാതെ, പോപ്പിന്റെ വാദമുഖങ്ങൾ കൂടെ ഈ പുസ്തകത്തിൽ ഉൾപ്പെടുത്തണമെന്നും അഭ്യർഥിച്ചിരുന്നു. പോപ്പിന്റെ മനസിലിരുപ്പ് വ്യക്തമായിരുന്നു. അതായത് പുസ്തകം അവസാനിക്കുമ്പോൾ മതവിദ്വേഷിയായ കോപ്പർനിക്കസ് തെറ്റായിരുന്നുവെന്ന് വരണം.

അക്കൊല്ലം അവസാനം ഒരു പരാതി *പരിശോധകൻ (ദ അസ്സേയർ- ഇൽ സജ്ജിയറ്റോർ)* എന്ന പുസ്തകത്തിനെതിരെ നൽകപ്പെട്ടു. ക്രിസ്തുവിന്റെ മാംസത്തേയും രക്തത്തേയും അപ്പവും വീഞ്ഞുമായി മാറ്റപ്പെടുന്ന ദൈവികമായ ബന്ധം വ്യക്തമാക്കുന്ന സഭയുടെ വിശ്വാസപ്രമാണത്തിന് അനുഗുണമല്ല പുസ്തകത്തിലെ അണുസിദ്ധാന്തം എന്നാണ് പരാതിയിൽ പറഞ്ഞിരുന്നത്. ഇതിന്മേൽ മതകോടതി ഒരു അന്വേഷണം നടത്തി. തുടർന്ന് ഗലീലിയോയെ കുറ്റവിമുക്തനാക്കുകയും ചെയ്തു.

പോപ്പിൽ നിന്നുള്ള അനുമതിയും നിർദേശവും അനുസരിച്ച് *രണ്ടു മുഖ്യലോകവ്യവസ്ഥകളെ സംബന്ധിച്ച സംവാദം (Dialogue Concerning the two Chief World Systems- ഡയലോഗോ സൊപ്ര ഐ ദു മസ്സിമി സിസ്റ്റമി ദെൽമൊണ്ടോ)* എഴുതാൻ ഗലീലിയോ ആരംഭിച്ചു. പുസ്തകം എഴുതിക്കഴിഞ്ഞ്, 1631 ൽ പ്രഭുവായ ഫെർഡിനന്റ് രണ്ടാമൻ വഴിയും അദ്ദേഹത്തിന്റെ റോമിലെ അമ്പാസിഡർ വഴിയും പുസ്തകം പ്രസിദ്ധീകരിക്കാനുള്ള അനുമതിക്കായി വത്തിക്കാൻ സെക്രട്ടറിയെ സമീപിച്ചു. ആമുഖവും സമാപനവും റോമിൽ അംഗീകരിക്കുമെന്നും ബാക്കിഭാഗം ഫ്ളോറൻസിലെ സഭാകോടതി പരിശോധിച്ച് അംഗീകരിക്കുമെന്നുമുള്ള വിവരം അവിടെനിന്നും ലഭിച്ചു. 1632 ഫെബ്രു

വരിയിൽ അച്ചടി പൂർത്തീകരിച്ച് പുസ്തകം പുറത്തുവന്നു. ടോളമിയുടെയും കോപ്പർനിക്കസിന്റെയും ആശയങ്ങളെ പിന്താങ്ങുന്ന രണ്ടുപേർ തമ്മിലുള്ള വാദപ്രതിവാദത്തിന്റെ രൂപത്തിലായിരുന്നു പ്രസ്തുത പുസ്തകം. ഇതിലെ കഥാപാത്രങ്ങളായ 'സൽവ്യാറ്റസ്' കോപ്പർ നിക്കസിനെ ന്യായീകരിക്കുമ്പോൾ 'സിംപ്ലീഷ്യസ്' അരിസ്റ്റോട്ടിലിനു വേണ്ടി വാദിക്കുന്നു. മൂന്നാമത്തെ കഥാപാത്രമായ 'സഗ്രിദസ്' ബുദ്ധിമാനായ ഒരു സാധാരണക്കാരനെ പ്രതിനിധീകരിക്കുന്നു. ഗലീലിയോക്കു പറയാനുള്ളതെല്ലാം സൽവ്യാറ്റസിനെകൊണ്ടും പോപ്പ് ഉർബാൻ എട്ടാമന് പറയാനുള്ളതെല്ലാം സിംപ്ലീഷ്യസിനെകൊണ്ടും അവതരിപ്പിക്കുന്നതായാണ് പിന്നീട് വിലയിരുത്തപ്പെട്ടത്. ചിന്താശേഷിയില്ലാത്ത വിധത്തിൽ അരിസ്റ്റോട്ടിലിനെ അന്ധമായി വിശ്വസിക്കുന്ന സിംപ്ലീഷ്യസ് പലപ്പോഴും തെറ്റിപ്പോവുന്നതായും ചിലപ്പോഴെല്ലാം മണ്ടനായിത്തീരുന്നതായുമാണ് പുസ്തകത്തിലുള്ളത്. ഈ പുസ്തകം എഴുതിയിരിക്കുന്നത് അരിസ്റ്റോട്ടിലിന്റെ ഭൂകേന്ദ്രസിദ്ധാന്തത്തെ എതിർക്കാനും കോപ്പർനിക്കസിന്റെ സൗരകേന്ദ്രസിദ്ധാന്തത്തെ പിന്തുണയ്ക്കാനുമാണെന്ന പ്രതീതി പൊതുവായി ജനിപ്പിച്ചു. പോപ്പ് ഉർബാൻ എട്ടാമന്റെ വാക്കുകളെ സിംപ്ലീഷ്യസിനെ കൊണ്ടു പറയിക്കുകകൂടി ചെയ്തതോടെ സംഭവം കൂടുതൽ ഗുരുതരമായി. ആരെയും മോശമാക്കാനുള്ള ഉദ്ദേശ്യം ഗലീലിയോക്കുണ്ടായിരുന്നില്ലായെങ്കിലും പൊതുജനങ്ങളുടെ പരിഹാസവും പുസ്തകത്തിലെ പക്ഷപാതിത്വവും പോപ്പ് വളരെ ഗൗരവമായിത്തന്നെ കണ്ടു. ഗലീലിയോയുടെ ശക്തനായ പിന്തുണക്കാരനായിരുന്ന പോപ്പ്ഗലീലിയോയിൽ നിന്നും വളരെയേറെ അകന്നു. പുസ്തകവിതരണം അടിയന്തിരമായും നിർത്തിവയ്ക്കണമെന്ന് ഗലീലിയോക്ക് അറിയിപ്പ് നൽകി. പുസ്തപരിശോധനയ്ക്കായി ഒരു പ്രത്യേക കമീഷനേയും പോപ്പ് നിയോഗിച്ചു. സെപ്റ്റംബറിൽ ലഭിച്ച കമീഷൻ റിപ്പോർട്ട് ഉടൻതന്നെ സഭാകോടതിയുടെ പരിഗണനയ്ക്കു വിട്ടു. പോപ്പിന്റെ അധ്യക്ഷതയിൽ ചേർന്ന സഭാകോടതി ഗലീലിയോയെ റോമിലേക്ക് വിളിച്ചുവരുത്താൻ തീരുമാനിച്ചു. ഈ വിവരം ഒക്ടോബറിൽ ഫ്ളോറൻസിലെ സഭാകോടതി ഗലീലിയോയെ അറിയിച്ചു. ഇതനുസരിക്കാമെന്ന് ഉറപ്പുനൽകിയ ഗലീലിയോ, വിചാരണ റോമിൽനിന്നും ഫ്ളോറൻസിലേക്ക് മാറ്റിക്കിട്ടാൻ അപേക്ഷ നൽകി. നവംബറിൽ പോപ്പ് ഉർബാൻ VIII ന്റെ അധ്യക്ഷതയിൽ ചേർന്ന സഭാകോടതിയുടെ യോഗം, ഗലീലിയോയുടെ അപേക്ഷ നിരസിക്കുന്നതായും വേണ്ടി വന്നാൽ ബലംപ്രയോഗിച്ച് സഭാകോടതിയുടെ ഉത്തരവ് അനുസരിപ്പിക്കുമെന്നും ഗലീലിയോയെ അറിയിച്ചു. 1632 ഡിസംബറിൽ, ഫ്ളോറൻസിലെ സഭാകോടതിയിലെ ഒരംഗം, ഗലീലിയോ രോഗബാധിതനായി കിടപ്പിലാണെന്ന് നേരിട്ടുകണ്ടു ബോധ്യപ്പെട്ടതായും ഈ രോഗാവസ്ഥയിൽ റോമിലേക്കുള്ള യാത്ര ഒഴിവാക്കേണ്ടതാണെന്ന് മൂന്ന് ഭിഷഗ്വരന്മാർ എഴുതി ശുപാർശചെയ്തതായും റോമിലെ അധികാരികളെ അറിയിച്ചു. പോപ്പ് ഉർബാൻ എട്ടാമന്റെ അധ്യക്ഷതയിൽ വീണ്ടും ചേർന്ന

DIALOGO
DI
GALILEO GALILEI LINCEO
MATEMATICO SOPRAORDINARIO
DELLO STVDIO DI PISA.
E Filosofo, e Matematico primario del
SERENISSIMO
GR.DVCA DI TOSCANA.
Doue ne i congressi di quattro giornate si discorre
sopra i due
MASSIMI SISTEMI DEL MONDO
TOLEMAICO, E COPERNICANO;
Proponendo indeterminatamente le ragioni Filosofiche, e Naturali tanto per l'vna, quanto per l'altra parte.
CON PRI VILEGI.
IN FIORENZA, Per Gio:Batista Landini MDCXXXII.
CON LICENZA DE' SVPERIORI.

സഭാകോടതിയുടെ യോഗം ഗലീലിയോയുടെ ആവശ്യം തള്ളിക്കൊണ്ട് വിചാരണയിൽനിന്നും രക്ഷപ്പെടാൻ ഗലീലിയോ ഓരോ ഒഴിവുകഴിവുകൾ കണ്ടുപിടിക്കുകയാണെന്ന് കുറ്റപ്പെടുത്തി. റോമിൽ വിചാരണയ്ക്ക് സ്വയം ഹാജരായില്ലെങ്കിൽ അറസ്റ്റുചെയ്തു ചങ്ങലയ്ക്കിട്ടുകൊണ്ടുവരുമെന്ന് ഗലീലിയോക്ക് മുന്നറിയിപ്പും നൽകി.

ആരോഗ്യസ്ഥിതി മോശമായിരുന്നുവെങ്കിലും സഭാ കോടതിയുടെ ഉഗ്രശാസനപ്രകാരം ഗലീലിയോ 1633 ജനുവരി 20ന് ഫ്ളോറെൻസിൽനിന്നും റോമിലേക്ക് യാത്രതിരിച്ചു. റോമിലേക്ക് പ്രവേശിക്കുന്നതിനു മുമ്പായി റോമിന് പുറത്ത് രണ്ടാഴ്ചയോളം 'ക്വാറന്റയി'നിൽ കഴിയേണ്ടിവന്നു. (അക്കാലത്ത് പ്ലേഗ് രോഗം പടർന്നുപിടിച്ചിരുന്നതുകൊണ്ടാണ് പരസമ്പർക്കം ഒഴിവാക്കി (ക്വാറന്റയിൻ) താമസിക്കേണ്ടിവന്നത്). ഫെബ്രുവരി 13ന് ഗലീലിയോ റോമിൽ എത്തി. ഫെർഡിനാന്റ് II ദെ മെഡിസി പ്രഭുവിനുള്ള ഒരു പ്രത്യേക ഔദാര്യമെന്ന നിലയിൽ ടസ്കൻ അംബാസിഡറുടെ വസതിയിൽ ഗലീലിയോക്കു താമസിക്കാനുള്ള അനുമതി പോപ്പ് നൽകി. അതോടൊപ്പം തന്നെ, അവിടെ താമസിച്ചുകൊണ്ട് മറ്റാരെയെങ്കിലും ബന്ധപ്പെടുന്നതിനെ വിലക്കുകയും ചെയ്തു.

സഭാകോടതിയുടെ കെട്ടിടത്തിലെ ഒരു ഭാഗത്ത് തടവിൽ പാർപ്പിച്ചുകൊണ്ട് ഏപ്രിൽ മാസം 12 മുതൽ 30 വരെ ഗലീലിയോയെ ചോദ്യം ചെയ്തു. ഇതിനിടയ്ക്ക് പുസ്തകപരിശോധന നടത്തിയ വിദഗ്ധർ അവരുടെ അഭിപ്രായവും കോടതിയെ അറിയിച്ചിരുന്നു. 'സൂര്യൻ

പ്രപഞ്ചകേന്ദ്രത്തിൽ അനങ്ങാതെ നിൽക്കുന്നുവെന്നും ഭൂമി കേന്ദ്രസ്ഥാനത്തല്ലായെന്നു മാത്രമല്ല സഞ്ചരിച്ചുകൊണ്ടിരിക്കുകയാണെന്നുമുള്ള ഗലീലിയോയുടെ അഭിപ്രായം, വേദഗ്രന്ഥത്തിൽ പറഞ്ഞതിന് കടകവിരുദ്ധമായതിനാൽ ആണയിട്ട് ഉപേക്ഷിക്കണമെന്നും അത്തരം അഭിപ്രായപ്രകടനം നടത്തിയതിൽ സ്വയം ശപിക്കണമെന്നും ഈ അഭിപ്രായങ്ങൾ തെറ്റാണെന്ന് ഉറക്കെ പ്രഖ്യാപിച്ച് നിലപാട് എടുക്കണമെന്നുമായിരുന്നു ഗലീലിയോട് ആവശ്യപ്പെട്ടത്. അതിന് തയാറായാൽ ശിക്ഷ ലഘൂകരിക്കുന്ന കാര്യം പരിഗണിക്കപ്പെട്ടേക്കുമെന്ന അഭ്യൂഹം പരന്നു. ഏപ്രിൽ 30ന് ഗലീലിയോ കുറ്റസമ്മതം നടത്തി. തന്റെ പുസ്തകത്തിൽ കോപ്പർ നിക്കസിന്റെ ഭാഗം കൂടുതൽ ശക്തമായി അവതരിപ്പിച്ചിട്ടുണ്ടാകാമെന്നും അടുത്ത പുസ്തകത്തിൽ അത് നിഷേധിച്ചുകൊള്ളാമെന്നും ഗലീലിയോ ഉറപ്പുനൽകി. എന്നാൽ കഠിനശിക്ഷ നൽകാൻ തന്നെയാണ് സഭാകോടതി ആലോചിച്ചത്. വധശിക്ഷയിൽ നിന്നും ഗലീലിയോക്കു ഇളവു ലഭിച്ചത് സഭാകോടതിയിലെ അദ്ദേഹത്തിന്റെ സുഹൃത്തുകളുടെ ഇടപെടൽമൂലമായിരുന്നു. 1633 ജൂൺ 22ന് ഗലീലിയോയെ അനിശ്ചിത കാല തടങ്കലിലിടാനും മതപരമായ പ്രായശ്ചിത്തം ചെയ്യിക്കാനും ഉർബാൻ എട്ടാമൻ മാർപ്പാപ്പയുടെ അധ്യക്ഷതയിൽ കൂടിയ സഭാകോടതി (ഇൻക്വിസിഷൻ) വിധിച്ചു. സഭാകോടതിയിലെ പത്ത് കർദിനാളന്മാരിൽ ഏഴുപേർ മാത്രമേ ഈ വിധിയിൽ ഒപ്പിട്ടിരുന്നുള്ളൂ എന്നത് പ്രത്യേകം ശ്രദ്ധേയമാണ്.

ഗലീലിയോ സഭാകോടതിയിൽ വിചാരണ നേരിടുന്നു

സാന്താമറിയാ സൊപ്രാ മിനർവാ പള്ളിയിൽ സംഘടിപ്പിച്ച ചടങ്ങിൽ ഗലീലിയോ കുറ്റം ഏറ്റുപറയുകയും തെറ്റ് ഉപേക്ഷിക്കുന്നതായി ആണയിടുകയും ചെയ്തു. തന്റെ മുമ്പിൽ വച്ച *ബൈബിളിൽ* തൊട്ടു വന്ദിച്ചുകൊണ്ട് ഗലീലിയോ പറഞ്ഞു; "വ്യർഥമായ ഉൽക്കർഷേച്ഛയും കലർപ്പില്ലാത്ത ഡംഭും എന്റെ തെറ്റായിരുന്നുവെന്ന് ഞാൻ എന്റെ കൈകൾകൊണ്ട് സ്പർശിക്കുന്ന വേദപുസ്തകത്തിനു മുമ്പാകെ കുറ്റസമ്മതം നടത്തുന്നു.............സൂര്യനു ചുറ്റും ഭൂമി ചലിക്കുന്നില്ലായെന്ന് ഞാൻ ഇപ്പോൾ പ്രഖ്യാപിക്കുകയും പ്രതിജ്ഞയെടുക്കുകയും ചെയ്യുന്നു..........". കോടതിയിൽനിന്നും പുറത്തേക്കു കൊണ്ടുപോകുമ്പോൾ ക്ഷീണിച്ച് അവശനായ ഗലീലിയോ വളരെ താഴ്ന്ന സ്വരത്തിൽ വിറച്ചുകൊണ്ട് പിറുപിറുത്തു: "എപ്പർ സി മ്യൂവേ" (Eppur Si Muove-എന്നാൽ ഭൂമി ചലിക്കുന്നുണ്ട്). ഈ മൂന്നുവാക്കുകളിലൂടെ ഗലീലിയോ ശാസ്ത്രത്തിന്റെ അടിത്തറ ഉറപ്പിക്കുകയായിരുന്നു എന്ന് പറയാറുണ്ട്. ഗലീലിയോയുടെ മരണം വരെയും ഗലീലിയോ ഇങ്ങനെ പിറുപിറുത്ത വിവരം പുറത്തറിഞ്ഞിരുന്നില്ല. ഗലീലിയോ മരിച്ച് ഏതാണ്ട് നൂറുകൊല്ലങ്ങൾക്കുശേഷമാണ് ഇക്കാര്യം രേഖപ്പെടുത്തിക്കാണുന്നത്.

മതപരമായ പ്രായശ്ചിത്തമായി മൂന്നുകൊല്ലക്കാലം ആഴ്ചയിലൊരിക്കൽ ഏഴുസ്ത്രോത്രങ്ങൾ വീതം ഉരുവിടണമെന്നും വിധി പ്രസ്താവത്തിൽ ഉണ്ടായിരുന്നു. ഗലീലിയോ എഴുതിയതും എഴുതാൻ സാധ്യതയുള്ളതുമായ എല്ലാ പുസ്തകങ്ങളും നിരോധിക്കപ്പെട്ടു. അവ വിൽക്കുകയോ വിതരണം നടത്തുകയോ ചെയ്യുന്നവർക്ക് മരണശിക്ഷ പ്രഖ്യാപിച്ചു. ഇനി ഒരിക്കലും അധ്യാപകവൃത്തിയിൽ ഏർപ്പെടാൻ പാടില്ലായെന്ന് ഗലീലിയോയെ വിലക്കി. അദ്ദേഹത്തിന്റെ കത്തുകൾ കുടുംബത്തിലേക്കും സുഹൃത്തുക്കൾക്കും ഉള്ളതാണെങ്കിൽപോലും സെൻസറിങ്ങിന് വിധേയമാക്കപ്പെടണമെന്നും ഗലീലിയോയെ ആർക്കെങ്കിലും കാണണമെങ്കിൽ റോമിൽനിന്നും അനുമതി വാങ്ങിയിരിക്കണമെന്നും നിഷ്കർഷിക്കപ്പെട്ടു.

ക്ഷീണിതനും രോഗഗ്രസ്തനുമായ ഗലീലിയോയെ ആദ്യം ടസ്കൻ അമ്പാസിഡറുടെ താമസസ്ഥലത്തും പിന്നീട് ആർച്ച് ബിഷപ്പിന്റെ താമസസ്ഥലത്തും വീട്ടുതടങ്കലിൽ ആക്കി. സിയന്നയിലെ ആർച്ച് ബിഷപ്പ് 'അസ്കാനിയോ പിക്കോളോമിനി' (Ascanio Piccolomini)ഗലീലിയോയുടെ സുഹൃത്തായിരുന്നു. ജൂലൈ മാസത്തിൽ സിയന്നയിൽ എത്തിയ ഗലീലിയോ, രണ്ടു പുതിയ ശാസ്ത്രങ്ങളെ സംബന്ധിച്ച തന്റെ ഏറ്റവും പ്രധാനപ്പെട്ട പുസ്തകം എഴുതാനുള്ള ശ്രമം തുടങ്ങിവച്ചു. പക്ഷേ, മാനസികമായും ശാരീരികമായും തളർന്ന ഗലീലിയോ ഗുരുതരമായ പനി പിടിച്ച് കിടപ്പിലായി. എന്നിട്ടും നാട്ടിലേക്ക് പോകാൻ അനുമതി നൽകിയില്ല. ഒടുവിൽ, പോപ്പിന്റെ സുഹൃത്തുക്കളുടെ നിർബന്ധംമൂലം ഒരു ഡോക്ടർക്ക് ഇടയ്ക്കിടെ ഗലീലിയോയെ സന്ദർശിക്കാൻ അവസരം നൽകി. 1633 ഡിസംബറിൽ ഫ്ളോറെൻസിന് അടുത്തുള്ള ആർസെട്രിയിലെ ഗലീ

ലിയോയുടെ വീട്ടിലേക്ക് മാറാൻ അനുമതി ലഭിച്ചു. എപ്പോഴും കാവലുള്ള ഇവിടെനിന്നും പുറത്തുപോകാൻ അനുവാദം നൽകിയിരുന്നില്ല. മരണംവരെ ഗലീലിയോ ഇവിടെ വീട്ടുതടങ്കലിൽ ആയിരുന്നു.

ആർസെട്രിയിലെത്തി ഏതാനും മാസങ്ങൾക്കകം ഹെർണിയ രോഗം മൂർച്ഛിച്ച് വേദന സഹിക്കാൻ കഴിയാതെ വന്നപ്പോൾ ഫ്ളോറൻസിലെ ഒരു ഭിഷഗ്വരനെക്കൊണ്ട് പരിശോധിപ്പിക്കുന്നതിനായി റോമിന്റെ അനുമതികിട്ടാൻ ഗലീലിയോ അപേക്ഷ നൽകി. ആ അപേക്ഷ നിഷ്കരുണം നിരസിച്ചുവെന്നുമാത്രമല്ല, ഇനി മേലിൽ ഇത്തരത്തിലുള്ള അപേക്ഷ നൽകിയാൽ പിടിച്ച് ജയിലിൽ അടയ്ക്കുമെന്ന മുന്നറിയിപ്പും ഉണ്ടായി. 1634 ഏപ്രിലിൽ *രണ്ടു പുതിയ ശാസ്ത്രങ്ങളെ സംബന്ധിച്ച പുസ്തകം* ഗലീലിയോ എഴുതിത്തുടങ്ങി. അതേമാസം തന്നെ, തൊട്ടടുത്ത കോൺവെന്റിൽ കന്യാസ്ത്രീയായിരുന്ന മകൾ മരിയ സെലസ്റ്റേ അസുഖം ബാധിച്ച് മരിച്ചു. തനിക്ക് പലപ്പോഴും ആശ്വാസം നൽകിയിരുന്ന മകളുടെ പെട്ടെന്നുണ്ടായ മരണം അദ്ദേഹത്തെ വല്ലാതെ തളർത്തി. ഗലീലിയോ ക്രമേണ ശാസ്ത്രപരീക്ഷണങ്ങളിൽനിന്ന് വിട്ടു നിൽക്കുകയും പെയിന്റിങ്ങിലും സംഗീതത്തിലും ശ്രദ്ധകേന്ദ്രീകരിക്കുകയും ചെയ്തു. കുറച്ചുകാലത്തിനുശേഷം വീണ്ടും ശാസ്ത്രകൗതുകങ്ങളിലുള്ള താൽപ്പര്യം വർധിക്കുകയും പ്രസിദ്ധമായ പല കണ്ടുപിടുത്തങ്ങളും ബലതന്ത്രമേഖലയിൽ നടത്തുകയും ചെയ്തു. കൂടാതെ, തനിക്കനുവദിച്ചിരുന്ന സൗജന്യങ്ങളുടെ കൂട്ടത്തിൽ ദൂരദർശിനി ഉൾപ്പെടെയുള്ള ചില ശാസ്ത്രീയ ഉപകരണങ്ങൾ ഉണ്ടായിരുന്നതിനാൽ രാത്രികാലങ്ങളിൽ വാനനിരീക്ഷണം നടത്താനും അദ്ദേഹത്തിന് കഴിഞ്ഞിരുന്നു. 1636 മേയ് മാസത്തിൽ ഡച്ച് പ്രസാധകനായ ലൂയിസ് എൽസെവിയർ (Louis Elsevier) ആർസ്ട്രിയിൽ ഗലീലിയോയെ സന്ദർശിച്ച സന്ദർഭത്തിൽ *രണ്ടു പുതിയ ശാസ്ത്രങ്ങളെ സംബന്ധിച്ച* പുസ്തകം ഹോളണ്ടിലെ ലെയിഡനിൽ പ്രസിദ്ധീകരിക്കാൻ സമ്മതമാണെന്ന് അറിയിച്ചകാര്യം നേരത്തേ പരാമർശിച്ചിരുന്നുവല്ലോ. 1637 ൽ പ്രസ്തുത പുസ്തകം എഴുതി പൂർത്തിയാക്കി ഏതാനും ആഴ്ചകൾക്കുള്ളിൽ അദ്ദേഹത്തിന്റെ കണ്ണിന് അസുഖം ബാധിക്കുകയും ക്രമേണ കാഴ്ചശക്തി നഷ്ടപ്പെടുകയും ചെയ്തു. മതവിശ്വാസത്തെ ബാധിക്കുന്ന ഒന്നും തന്നെ പ്രസ്തുത ഗ്രന്ഥത്തിൽ ഉണ്ടായിരുന്നില്ലായെങ്കിലും ഒരു വാക്കുപോലും പ്രസിദ്ധീകരിക്കാൻ പാടില്ലായെന്ന കോടതിയുടെ ഉഗ്രശാസനം വന്നു. തന്റെ സുഹൃത്തുക്കളുടെ സഹായത്തോടെ ഗലീലിയോ രഹസ്യമായി ഹോളണ്ടിലെ പ്രസാധകനെ ബന്ധപ്പെട്ടു. ഗാർഡുകളുടെ കണ്ണിൽപ്പെടാതെ കയ്യെഴുത്തുപ്രതി ഹോളണ്ടിലെ ലെയ്ഡനിലേക്ക് കടത്തുകയും ചെയ്തു.

തന്റെ വലതുകണ്ണിലെ കാഴ്ച പൂർണമായും നഷ്ടപ്പെട്ടതായി 1637 ജൂലൈ മാസത്തിൽ ഗലീലിയോ 'എലിയാ ദിയോദത്തി'ക്ക് എഴുതി. 1638 ജനുവരിയോടെ അദ്ദേഹത്തിന്റെ ഇടതുകണ്ണിലെ കാഴ്ചയും നശിച്ചു.

പൂർണമായും അന്ധനും അവശനുമായ ഗലീലിയോ തന്നെ സ്വതന്ത്രനാക്കണമെന്ന് സഭാകോടതിയോട് അപേക്ഷിച്ചു. 74 വയസുള്ള വൃദ്ധന്റെ ആ അപേക്ഷയും നിരസിക്കപ്പെട്ടു. ഗലീലിയോയുടെ ദുരവസ്ഥ കണക്കിലെടുത്ത് അദ്ദേഹത്തിന്റെ ശിഷ്യന്മാരായ വിൻസെൻസോ വിവിയാനി, ഇവാൻജെലിസ്റ്റാ ടോറിസെല്ലി എന്നിവരെ ഗലീലിയോടൊപ്പം താമസിക്കാൻ അനുമതി നൽകിയത് ഗലീലിയോക്ക് ഒരു പരിധിവരെ ആശ്വാസം നൽകുകയുണ്ടായി. മാർച്ച് മാസം മുതൽ മതപരമായ അവധി ദിവസങ്ങളിൽ പള്ളിയിൽ പോകാനുള്ള അനുവാദം ലഭിച്ചു. എന്നാൽ ഇതിന് കർശനമായ ഒരു നിബന്ധനയും വച്ചിരുന്നു. പള്ളിയിൽ പോകുമ്പോൾ മറ്റാരുമായും ഒരു വിധത്തിലും ബന്ധപ്പെടാൻ പാടില്ലാ എന്നതായിരുന്നു നിബന്ധന. പ്രസിദ്ധീകരണത്തിന് നിരോധനം ഉണ്ടായിരുന്നുവെങ്കിലും സഭാകോടതിയുടെ അധികാരപരിധിക്ക് പുറത്തുള്ള ഹോളണ്ടിലെ ലെയ്ഡനിൽ 1638 ജൂലൈ മാസത്തിൽ ഗലീലിയോയുടെ *രണ്ടു പുത്തൻ ശാസ്ത്രങ്ങളെ സംബന്ധിച്ച ചർച്ചയും ഗണിതകപ്രദർശനങ്ങളും (Discourse and Mathematical Demonstrations Relating to Two New Sciences*— ഡിസ്കോഴ്സി എ ഡിമോ സ്ട്രേസിയോനി മാറ്റെമറ്റിക്കേ, ഇന്റോ മോ എ ഡി നോവേ സയൻസേ) എന്ന പുസ്തകം പ്രസിദ്ധീകരിക്കപ്പെട്ടു. തടങ്കലിൽ ആയിരുന്നുവെങ്കിലും തന്റെ അവസാനത്തെ പുസ്തകം കാണണമെന്ന് അദ്ദേഹം അതിയായി ആഗ്രഹിച്ചു. പുസ്തകത്തിന്റെ ഒരു കോപ്പി അദ്ദേഹത്തിന്റെ മരണശയ്യയിൽ രഹസ്യമായി എത്തിച്ചുകൊടുത്തു. അത് ചേർത്തുപിടിച്ച് അദ്ദേഹം പറഞ്ഞുവത്രെ, “എന്റെ എല്ലാ യത്നങ്ങളുടേയും പാരമ്യതയിൽ ഇതിനെ ഞാൻ വിലമതിക്കുന്നു. ഇത്, എന്റെ അതിതീവ്രമായ വേദനയുടെ പരിണതഫലമാണ്.”

ജീവിതാവസാനകാലത്തും ഗലീലിയോക്ക് ദൈവത്തിലും മതത്തിലും ഉള്ള വിശ്വാസത്തിന് യാതൊരു കോട്ടവും തട്ടിയിരുന്നില്ല. അവസാനദിവസങ്ങളിൽ ഒരു സുഹൃത്തിനുള്ള കത്തിൽ അദ്ദേഹം എഴുതി, ‘ഞാൻ പൂർണമായും അപരിഹാര്യമായും അന്ധനാണ്. ഈ ആകാശവും ഈ ഭൂമിയും ഈ പ്രപഞ്ചവും, എന്റെ അതിശയകരമായ നിരീക്ഷണങ്ങളിലൂടെ പഴയകാലത്തെ വിശ്വാസത്തെക്കാളും ഒരായിരം മടങ്ങ് വികസിപ്പിച്ചു കഴിഞ്ഞത്, പിന്നീട്, എന്റേതായ ഇടുങ്ങിയ സ്ഥലത്തേക്ക് ചുരുങ്ങിയിരിക്കുന്നു. അതിനാൽ അത് ദൈവത്തെ സന്തോഷിപ്പിക്കുന്നു. അതുകൊണ്ട് അത് എന്നേയും സന്തോഷിപ്പിക്കേണ്ടതാണ്.’ ഗലീലിയോയുടെ സുഹൃത്ത്, പുരോഹിതനായ ഫാദർ കാസ്റ്റെല്ലി എഴുതി, ‘ഇതുവരെയുള്ള പ്രകൃതിയുടെ നിർമിതിയിൽ ഏറ്റവും ഉൽക്കൃഷ്ടമായ നേത്രം ഇരുളടഞ്ഞു.......’ 1642 ജനുവരിയിൽ 8ന് ഗലീലിയോ അസുഖം മൂർച്ഛിച്ച് മരിച്ചപ്പോൾ മൃതശരീരം അടക്കം ചെയ്യുന്നതുമായി ബന്ധപ്പെട്ട തർക്കം ഉടലെടുത്തു. പള്ളിയുടെ ഏറ്റവും ശ്രദ്ധിക്കപ്പെടുന്ന ഭാഗത്ത് മെച്ചപ്പെട്ട രീതിയിൽ അടക്കം ചെയ്യണമെന്ന് ഒരു വിഭാഗവും നേരെ മറിച്ച് മറ്റേവി

ഭാഗവും രംഗത്തുവന്നു. സാന്തോക്രോസ് ബസിലിക്കയുടെ പ്രധാനഭാഗത്തു തന്നെ അച്ഛന്റേയും മറ്റ് മുൻഗാമികളുടേയും ശവകുടീരങ്ങൾക്ക് അടുത്തായി ഗലീലിയോയെ അടക്കണമെന്നായിരുന്നു ടസ്കനിയിലെ പ്രഭുവായ ഫെർഡിനാന്റോ II ന്റെ ആഗ്രഹം. കൂടാതെ, ഗലീലിയോയെ ആദരിക്കുന്നതിനായി ഒരു മാർബിൾ മുസോളിയം അവിടെ സ്ഥാപിക്കണമെന്നും അദ്ദേഹത്തിനുണ്ടായിരുന്നു. എന്നാൽ പോപ്പ് ഉർബാൻ VIIIഉം അദ്ദേഹത്തിന്റെ അനന്തിരവൻ കർദിനാൾ ഫ്രാൻസിസ്കോ ബാർബേറിനി (Cardinal Fracesco Barberini) യും എതിർത്തതോടെ ആ പദ്ധതി പൊളിഞ്ഞു. പ്രധാന പള്ളിയുടെ തെക്കേ അറ്റത്തുനിന്നും പള്ളിപാത്രങ്ങൾ സൂക്ഷിക്കുന്നിടത്തേക്കുള്ള ഇടനാഴിയുടെ അറ്റത്ത് പുതുമക്കാരുടെ ചാപ്പലിന് അടുത്ത് ഒരു ചെറിയ മുറിയിലാണ് ഗലീലിയോയെ അടക്കിയത്. അന്നത്തെ തലമുറ മൺമറഞ്ഞ ശേഷമാണ് ഈ തെറ്റ് തിരുത്തുന്നതിനെ സംബന്ധിച്ച് ആലോചന നടന്നത്. ഗലീലിയോ മരിച്ച് 95 വർഷങ്ങൾ കഴിഞ്ഞപ്പോൾ, 1737 ൽ, പഴയ സ്ഥലത്തുനിന്നും മാറ്റി പ്രധാന പള്ളിയുടെ പ്രധാന സ്ഥലത്തുതന്നെ അദ്ദേഹത്തെ വീണ്ടും അടക്കുകയും അദ്ദേഹത്തിന് ഒരു സ്മാരകം പണികഴിപ്പിക്കുകയും ചെയ്തു.

ഗലീലിയോയുടെ ശവകുടീരം

കാലം കഴിയുന്തോറും ഗലീലിയോട് ചെയ്തത് തെറ്റിപ്പോയെന്നും ക്രൂരമായിപ്പോയെന്നും സഭ തിരിച്ചറിയുന്നുണ്ടായിരുന്നു. 1718 ൽ *സംവാദം* ഒഴികെയുള്ള ഗലീലിയോയുടെ കൃതികൾക്കുള്ള നിരോധനം

സഭാകോടതി പിൻവലിച്ചു. 1741 ൽ പോപ്പ് ബനഡിക്ട് പതിനാലാമൻ *സംവാദ*ത്തിലെ സെൻസർ ചെയ്യപ്പെട്ട ഭാഗം ഒഴികെ ഗലീലിയോയുടെ പഠനങ്ങളാകെ പ്രസിദ്ധീകരിക്കാനുള്ള അനുമതി നൽകി. 1835 ൽ സൗര കേന്ദ്രസിദ്ധാന്തത്തിനെതിരെയുള്ള സഭയുടെ എതിർപ്പ് പൂർണമായും അവസാനിക്കുകയും ഗലീലിയോയുടെ കൃതികൾക്കെതിരെയുള്ള നിരോധനം പൂർണമായി എടുത്തുകളയുകയും ചെയ്തു. 1939 ൽ പോപ്പ് പയസ് പന്ത്രണ്ടാമൻ 'പോന്തിഫിക്കൽ അക്കാദമി ഓഫ് സയൻസെസി'ൽ നടത്തിയ ആദ്യപ്രസംഗത്തിൽ ഗലീലിയോയെ നിർഭയനും സാഹസികനും ഗവേഷണരംഗത്തെ വീരശൂരപരാക്രമി എന്നും വിശേഷിപ്പിക്കുകയും ഗലീലിയോട് സഭയുടെ ഭാഗത്തുനിന്നുണ്ടായ സമീപനത്തിൽ ഖേദം പ്രകടിപ്പിക്കുകയും ചെയ്തു. 1992 ഒക്റ്റോബർ 31ന്, സംസ്കാരത്തിനു വേണ്ടിയുള്ള പോന്തിഫിക്കൽ കൗൺസിൽ നടത്തിയ പഠനങ്ങൾ അംഗീകരിച്ചുകൊണ്ട്, 'ഗലീലിയോ വിഷയം' കൈകാര്യം ചെയ്ത രീതിയിൽ സഭയ്ക്കു തെറ്റു പറ്റിയെന്നും അതിൽ ഖേദം പ്രകടിപ്പിക്കുന്നുവെന്നും ഭൂമി സഞ്ചരിക്കുന്നുവെന്നത് ഔദ്യോഗികമായി അംഗീകരിക്കുന്നുവെന്നും പോപ്പ് ജോൺപോൾ രണ്ടാമൻ പ്രഖ്യാപനം നടത്തി. പിന്നീട് സ്ഥാനമേറ്റ പോപ്പ് ബനഡിക്റ്റ് പതിനാറാമനും ഗലീലിയോയെ വാനോളം പ്രശംസിക്കുകയുണ്ടായി.

ഗലീലിയോയും സൗരകേന്ദ്രസിദ്ധാന്തവും സഭയുടെ ചരിത്രത്തിൽ ദീർഘകാലം വെല്ലുവിളി ഉയർത്തിയ വിഷയങ്ങളായിരുന്നുവല്ലോ. നാനൂറുവർഷങ്ങളുടെ വിവാദങ്ങൾക്കുശേഷം ഗലീലിയോയെയും സൗരകേന്ദ്രസിദ്ധാന്തത്തേയും സഭയ്ക്ക് അംഗീകരിക്കേണ്ടിവന്നുവെന്നത് ശാസ്ത്രത്തിന്റെ നേട്ടം തന്നെയാണെന്നതിൽ ആർക്കെങ്കിലും സംശയമുണ്ടാകുമെന്ന് തോന്നുന്നില്ല.

8

ശാസ്ത്രവിപ്ലവം

പ്രാപഞ്ചികപ്രതിഭാസങ്ങൾ എന്നും മനുഷ്യചിന്തയെ ഉദ്ദീപിപ്പിച്ചിരുന്നു. ഓരോ മനുഷ്യസമൂഹത്തിനും പ്രാചീനകാലം മുതൽ തന്നെ അവരവരുടേതായ തത്വസംഹിതകൾ ഉണ്ടായിരുന്നു. യൂറോപ്പിലാകെ ആദ്യമായി അംഗീകാരം നേടിയത് ഗ്രീക്കുതത്വസംഹിതകളായിരുന്നു. ഏതാണ്ട് രണ്ടായിരത്തി അഞ്ഞൂറു വർഷങ്ങൾക്കു മുമ്പാണ് അത് രൂപപ്പെട്ടു തുടങ്ങിയത്. ക്രിസ്തുവിന് മുമ്പ് നാലാം നൂറ്റാണ്ടിൽ ജീവിച്ചിരുന്ന അരിസ്റ്റോട്ടിലിന്റെ പ്രപഞ്ചസിദ്ധാന്തങ്ങളായിരുന്നു അതിൽ പ്രമുഖം. ക്രിസ്തുവിനുശേഷം പതിമൂന്നാം നൂറ്റാണ്ടിൽ, ദൈവശാസ്ത്രജ്ഞനായിരുന്ന തോമസ് അകിനാസിന്റെ ശുപാർശപ്രകാരം, അരിസ്റ്റോട്ടിലിന്റെ പ്രപഞ്ചസിദ്ധാന്തങ്ങളെ ഏതാണ്ട് പൂർണമായുംതന്നെ കത്തോലിക്കാസഭയുടെ ഔദ്യോഗിക പ്രപഞ്ചദർശനമായി സഭ അംഗീകരിച്ചു. അക്കാലത്തെ സഭയുടെ താൽപ്പര്യങ്ങൾ സംരക്ഷിക്കാൻ ഏറ്റവും അനുയോജ്യമായിരുന്നു അരിസ്റ്റോട്ടിലിന്റെ ദർശനം എന്നതായിരുന്നു കാരണം.

സാമാന്യബുദ്ധിയുടെ സിദ്ധാന്തങ്ങളെന്ന് പൊതുവെ വിശേഷിക്കപ്പെടുന്ന അരിസ്റ്റോട്ടിലിന്റെ സിദ്ധാന്തങ്ങളിൽ ഏതെങ്കിലും ശരിയാണോ എന്ന് സംശയിക്കുന്ന രീതിപോലും അനുവദനീയമായിരുന്നില്ല. സിദ്ധാന്തത്തെ ചോദ്യം ചെയ്യുന്നതും പരിശോധനയ്ക്കു വിധേയമാക്കുന്നതും തെറ്റെന്ന് സ്ഥാപിക്കുന്നതും ശിക്ഷാർഹമായ കുറ്റമാണെന്ന് മാത്രമല്ല ദൈവദോഷവുമായാണ് കരുതിയിരുന്നത്. സംഖ്യകളും ഗണിതവും പ്രപഞ്ചത്തിൽ യാതൊരു പ്രസക്തിയുമില്ലാത്തതാണെന്നും അവ പ്രകൃതിയിലെ വസ്തുക്കളും പ്രതിഭാസങ്ങളുമായി പൊരുത്തപ്പെടുന്നില്ലായെന്നും, ആയതിനാൽ അവയുടെ പ്രയോഗം അയഥാർഥത്തിലേക്കും തെറ്റിലേക്കും നയിക്കുമെന്നും അരിസ്റ്റോട്ടിലിയന്മാർ സിദ്ധാന്തിക്കുന്നു

ണ്ടായിരുന്നു. നിലവിലുള്ള സൈദ്ധാന്തിക പ്രസ്താവനകൾ അലംഘ നീയമാണ്; അവ മറ്റൊരു തരത്തിൽ വ്യാഖ്യാനിക്കുന്നതുപോലും ശരിയായിരിക്കുകയില്ല; അതുകൊണ്ട് ബോധ്യപ്പെടുകയല്ല, വിശ്വസിക്കുക എന്നതായിരുന്നു അന്നത്തെ പ്രമാണം.

പതിനാറാം നൂറ്റാണ്ടിൽ ഇറ്റലി പൂർണമായും കത്തോലിക്കാസഭയുടെ നിയന്ത്രണത്തിലായിരുന്നതിനാൽ അരിസ്റ്റോട്ടിലിന്റെ തത്വശാസ്ത്രമായിരുന്നു രാജ്യത്തിന്റെ ദർശനം. ഇത് സംരക്ഷിക്കുന്ന കാര്യത്തിൽ പോപ്പും സഭാകോടതിയും യാതൊരു വിട്ടുവീഴ്ചയും അനുവദിച്ചിരുന്നില്ല. എന്നാൽ ഇക്കാലത്തുതന്നെയാണ് ഇറ്റലിയിൽ നവോത്ഥാനത്തിന്റെ കാറ്റ് ആഞ്ഞുവീശിയത്. സമസ്തമേഖലയിലും പുത്തനുണർവ് ദൃശ്യമാകുന്നുണ്ടായിരുന്നു. ഇറ്റലിക്കാരനായ ക്രിസ്റ്റഫർ കൊളംബസ് സമുദ്രം താണ്ടി ഒരു 'പുതിയ ലോകം' കണ്ടെത്തിയതും തുടർന്ന് മറ്റൊരു ഇറ്റലിക്കാരനായ അമേരിഗോ വെസ്പൂച്ചി 'പുതിയ ലോക'ത്തെ സംബന്ധിച്ച് നല്ലൊരു വിവരണം എഴുതിയ കാരണത്താൽ ആ ഭൂഖണ്ഡത്തിന് 'അമേരിക്ക' എന്നു പേര് വന്നതും മറ്റും, അതുവരെ അറിയാത്ത പലതും കണ്ടുപിടിക്കാനുണ്ട് എന്ന സന്ദേശം നൽകി. കലയിലും സാഹിത്യത്തിലും സംഗീതത്തിലുമൊക്കെ പുത്തൻ സമീപനങ്ങളും വ്യാഖ്യാനങ്ങളും നവീകരണങ്ങളും ഉണ്ടായി. ചിത്രമെഴുത്തിലും മറ്റും നവീനരീതികൾ ആവിഷ്കരിക്കപ്പെട്ടു. ഗലീലിയോയുടെ അച്ഛൻ വിൻസെൻസിയോ ഗലീലി സംഗീതത്തിലും സംഗീതോപകരണങ്ങളിലും പല പരിഷ്കാരങ്ങളും കൊണ്ടുവന്നു. സംഗീതവും ഗണിതവും തമ്മിലുള്ള ബന്ധം പ്രയോജനപ്പെടുത്തി പല പരീക്ഷണങ്ങളും നടത്തിക്കൊണ്ടാണ് വിൻസെൻസോ പഴയ സിദ്ധാന്തത്തെ തിരുത്തി പുതിയ സിദ്ധാന്തങ്ങൾ ആവിഷ്കരിച്ചത്. അതനുസരിച്ചുള്ള മാറ്റങ്ങൾ സംഗീതോപകരണങ്ങളിൽ വരുത്തിക്കൊണ്ട് തന്റെ വാദങ്ങൾ ശരിയാണെന്ന് തെളിയിക്കുകയും ചെയ്തിരുന്നു. ഈ പരീക്ഷണങ്ങളിലൊക്കെ അച്ഛനെ സഹായിക്കാൻ ഗലീലിയോക്കു വളരെ ചെറുപ്പത്തിൽ തന്നെ അവസരം ലഭിച്ചിരുന്നു. അക്കാലത്തെ സ്ഥിതിവിശേഷത്തെ പരാമർശിച്ചുകൊണ്ട് വിൻസെൻസോ ഗലീലി അർഥശങ്കയ്ക്കിടമില്ലാത്തരീതിയിൽ വ്യക്തമാക്കി, "ആർക്കെങ്കിലും ഏതിനെങ്കിലും തെളിവ് വേണമെന്നുണ്ടെങ്കിൽ,

ക്രിസ്റ്റഫർ കൊളംബസ്

പിന്തുണയ്ക്കുന്ന വാദങ്ങളെ ഉദാഹരണസഹിതം തെളിയിക്കാൻ മിനക്കെടാതെ, വെറുതെ അധികാരത്തിന്റെ ഘനത്തിനെ മാത്രം ആശ്രയിച്ചുകൊണ്ട് യുക്തിഹീനമായി പെരുമാറുന്നതായാണ് ഞാൻ കാണുന്നത്. അതിന് വിരുദ്ധമായി ശരിയായ സത്യാന്വേഷകരായി തീരത്തക്കവിധത്തിൽ, അധികാരികളെ സ്തുതിക്കുന്നത് ഒഴിവാക്കിക്കൊണ്ട് സ്വതന്ത്രമായി ചോദ്യങ്ങൾ ഉയർത്താനും ഉത്തരങ്ങൾ നൽകാനും അനുവദിക്കപ്പെടേണ്ടതാണെന്നാണ് ഞാൻ ആഗ്രഹിക്കുന്നത്" അച്ഛന്റെ അഭിപ്രായങ്ങളെ ഉയർത്തിപ്പിടിക്കുന്നതിൽ ഗലീലിയോ സദാ ശ്രദ്ധിച്ചിരുന്നതായി കാണാം. എന്തായാലും അന്നത്തെ ഫ്ളോറെൻസിലെ അന്തരീക്ഷവും അച്ഛനിൽനിന്നും ലഭിച്ച അനുഭവങ്ങളും പരീക്ഷണങ്ങളെ സിദ്ധാന്തങ്ങളുമായി സംയോജിപ്പിക്കാനും സൈദ്ധാന്തിക ചോദ്യങ്ങൾക്ക് പരീക്ഷണങ്ങളിലൂടെ ഉത്തരം നൽകാനുമുള്ള പ്രവണത ഗലീലിയോയിൽ ഉളവാക്കിയെന്ന് സ്റ്റിൽമാൻഡ്രേക്ക് ചൂണ്ടിക്കാണിക്കുന്നുണ്ട്. (ഗലീലിയോയെക്കുറിച്ച് ധാരാളം എഴുതിയിട്ടുള്ള കനേഡിയൻ ചരിത്രകാരനാണ് സ്റ്റിൽമാൻഡ്രേക്ക്).

പ്രകൃതിനിയമങ്ങളെല്ലാം ഗണിതാത്മകമാണെന്ന്, ഒരുപക്ഷേ, ആദ്യം സുവ്യക്തമായി പ്രസ്താവിച്ചത് ഗലീലിയോ ആണെന്ന് പറയാം. *പരിശോധകൻ (ദി അസ്സേയർ—ഇൽ സജിയറ്റോർ)* എന്ന ഗ്രന്ഥത്തിൽ അദ്ദേഹം എഴുതി, 'പ്രപഞ്ചമെന്ന ഗ്രന്ഥത്തെ വായിക്കണമെങ്കിൽ അതെഴുതിരിക്കുന്ന ഭാഷയും ലിപികളും പഠിക്കാതെ കഴിയില്ല. അതെഴുതപ്പെട്ടിരിക്കുന്നത് ഗണിതഭാഷയിലും അതിന്റെ ലിപികൾ ത്രികോണങ്ങളും വൃത്തങ്ങളും മറ്റു ജ്യാമതീയ രൂപങ്ങളുമാണ്. ഈ ഭാഷ അറിയാതെ ഗ്രന്ഥത്തിന്റെ ഒരു വാക്കുപോലും മനസിലാവില്ല.'

ഗലീലിയോ തടങ്കലിൽ അടയ്ക്കപ്പെടാൻ കാരണമായ ഗ്രന്ഥമാണല്ലോ *രണ്ടു മുഖ്യലോകവ്യവസ്ഥകളെ സംബന്ധിച്ച സംവാദം*. പ്രപഞ്ചശാസ്ത്രത്തിന്റെ ഘടനയിൽ ഗണിതം വഹിച്ച പങ്കിന്റെ സൈദ്ധാന്തികമായ പരിശോധനയാണ് ഈ ഗ്രന്ഥത്തിലൂടെ ഗലീലിയോ നടത്തിയിരിക്കുന്നത്. ഗ്രന്ഥത്തിന്റെ അവസാനം അരിസ്റ്റോട്ടിലിയനായ സിംപ്ലിഷ്യസ് ഗണിതപഠനത്തിന്റെ ആവശ്യകത അംഗീകരിക്കുകയാണ്. മാത്രമല്ല, തന്റെ ചെറുപ്പകാലത്ത് അത് പഠിക്കാത്തതിൽ പരിതപിക്കുകയും ചെയ്യുന്നുണ്ട്. പ്രകൃതിയുടെ ഭാഷ കണ്ടെത്തുന്നതിന്റെ ചരിത്രമാണ് ഈ പുസ്തകം എന്നു പറയാറുണ്ട്. ഇവിടെ തത്വങ്ങൾ (Postulates) ആദ്യം രൂപപ്പെടുത്തുകയും അവ പ്രയോഗിക്കുമ്പോൾ ഉണ്ടാകുന്ന ഫലം എന്താണെന്ന് മനസിലാക്കിയതിനുശേഷം നിരീക്ഷണത്തിന് നിർദേശിക്കുകയുമാണ്. ഗലീലിയോ ഇതിനെ യാഥാർഥ്യത്തിന്റെ തെളിവായി കാണുകയായിരുന്നു.

ഇങ്ങനെ ഗലീലിയോ പ്രകൃതിയെ ഗണിത (ജ്യാമിതീയ)വൽക്കരിക്കുകയായിരുന്നു. അതിലൂടെ സംഭവിച്ചത് ശാസ്ത്രത്തിന്റേയും ഗണിത (ജ്യാമിതീയ) വൽക്കരണമായിരുന്നു എന്നു പറയാം.

ഭൂമിക്കുപുറത്തുള്ള വസ്തുക്കളെല്ലാം ദിവ്യവും പൂർണവുമാണെന്നും അവയ്ക്ക് നിശ്ചിതവും ക്രമപ്പെട്ടതുമായ രീതി ഉണ്ടെന്നും അവിടെ ഗണിതപ്രയോഗം സാധ്യമാണെന്നും അതുകാരണം ജ്യോതിശാസ്ത്രത്തിലെ ഗണിതം അംഗീകരിക്കാവുന്നതുമാണെന്നാണല്ലോ അരിസ്റ്റോട്ടിലിന്റെ സിദ്ധാന്തം. എന്നാൽ, ഇതിന് കടകവിരുദ്ധമായി, ഭൂമിയിലെ വസ്തുക്കൾക്കും പ്രതിഭാസങ്ങൾക്കും ഗണിതം യോജ്യമല്ലായെന്നും അരിസ്റ്റോട്ടിൽ നിലപാടെടുത്തിരുന്നതായി മുൻഅധ്യായത്തിൽ വിശദീകരിച്ചിരുന്നല്ലോ. ഗലീലിയോ പ്രപഞ്ചത്തിന്റെ ഗണിതവൽക്കരണം തെളിയിച്ചതോടെ ഭൗമവസ്തുക്കളിലും പ്രതിഭാസങ്ങളിലും ഗണിതപ്രയോഗം സാധ്യമാണെന്നു വന്നു. അങ്ങനെ അതുവരെയുള്ള പ്രപഞ്ചവീക്ഷണത്തിനുമാറ്റം വന്നു. നിശ്ചിതവും ക്രമപ്പെടുത്തപ്പെട്ടതുമായ ലോകഘടന തുറന്നതും അനിശ്ചിതവും അനന്തവും സാർവത്രികവുമായി മാറി. ഭൗമവും അഭൗമവും എന്ന രണ്ടു തട്ടുകൾ മാറുകയും അവയെ യോജിപ്പിച്ചുകൊണ്ട് ഒരേ നിയമത്താൽ നിയന്ത്രിക്കപ്പെടുന്ന ഒരിടമായിത്തീരുകയും ചെയ്തു. ജ്യോതിശാസ്ത്രവും ഭൗതികശാസ്ത്രവും പരസ്പരാശ്രിതവും ഐക്യപ്പെടുന്നതുമായി മാറി.

ഇതിന്റെ അടിസ്ഥാനത്തിൽ ശാസ്ത്രത്തിന്റെ രംഗത്ത് അടിസ്ഥാനപരമായി വമ്പിച്ച മാറ്റമാണ് ഉണ്ടായത്. അറിവിനും ആശയങ്ങൾക്കും പുത്തൻ രൂപങ്ങൾ ഉണ്ടായി. പഴയ സിദ്ധാന്തങ്ങൾ എല്ലാം പുനഃപരിശോധിക്കപ്പെടേണ്ടിവന്നു, പുത്തൻ സിദ്ധാന്തങ്ങൾക്ക് രൂപംനൽകേണ്ടിയും വന്നു. ഭൂകേന്ദ്രസിദ്ധാന്തത്തിനു പകരം സൗരകേന്ദ്രസിദ്ധാന്തം വന്നു. എന്നാൽ അതിനും മാറ്റം വന്നുവെന്ന് നമുക്ക് ഇന്നറിയാം. അറിവ് എന്നത് വീണ്ടും വീണ്ടും പുനഃപരിശോധനയ്ക്ക് വിധേയമാക്കേണ്ടതാണെന്നാണ് പുത്തൻ അറിവ്. ചോദ്യം ചെയ്യപ്പെടലും അന്വേഷണവും നിർബാധം തുടർന്നാൽ മാത്രമേ മെച്ചപ്പെട്ട അറിവിലേക്ക് നാം എത്തുകയുള്ളൂ. മുന്നോട്ടുള്ള പ്രയാണത്തിന് അനിവാര്യമായത് നവീകരണമാണെന്ന ശാസ്ത്രസത്യമാണിവിടെ വെളിവാക്കപ്പെട്ടത്. ഒരു പുത്തൻശാസ്ത്രീയ പദ്ധതി ഉടലെടുക്കുകയായിരുന്നു.

ഗലീലിയോയുടെ കാലഘട്ടംവരെ മനുഷ്യർ ചിന്തിക്കുന്നതിലും മനനം ചെയ്യുന്നതിലുമാണ് ഊന്നൽ നൽകിയിരുന്നതെങ്കിൽ അതിനുശേഷം പ്രകൃതിയിൽ മേധാവിത്വത്തിനുള്ള ശ്രമമാണ് ഉണ്ടായതെന്ന് കാണാം. ദൈവത്തിന്റെ പേരിൽ മതം അടിച്ചേൽപ്പിച്ച നിസ്സഹായാവസ്ഥയിൽനിന്നും മനുഷ്യശേഷിയിൽ ഉണ്ടായിവന്ന വിശ്വാസമാണതിനു കാരണം. പ്രപഞ്ച വസ്തുക്കളേയും പ്രതിഭാസങ്ങളേയും വ്യാഖ്യാനിക്കാൻ മാത്രമല്ല, അതിലൊക്കെ മാറ്റം വരുത്താനും മനുഷ്യർക്കു കഴിയുമെന്ന പുത്തൻ ശാസ്ത്രബോധം ഉരുത്തിരിഞ്ഞു.

ആപേക്ഷികതയുടെ ആവിഷ്കാരത്തിലൂടെ മറ്റൊരു ശാസ്ത്രസത്യവും ശാസ്ത്രീയരീതിയും വെളിവാക്കപ്പെടുകയായിരുന്നു. വസ്തുക്കളും പ്രക്രിയകളും സർവതന്ത്രസ്വതന്ത്രമല്ലായെന്നും അവയൊക്കെ പരസ്പരം ബന്ധപ്പെട്ടിരിക്കുന്നുവെന്നും ഗലീലിയോ പ്രഖ്യാപിക്കുകയാ

യിരുന്നു. ചുറ്റുപാടുകളെ കണക്കിലെടുക്കാതെയുള്ള പരീക്ഷണനിരീക്ഷണങ്ങൾക്ക് ഉണ്ടാകാവുന്ന പരിമിതികൾ ഇതിലൂടെ വ്യക്തമാക്കപ്പെടുകയായിരുന്നു.

സംഭവങ്ങളുടെ കാരണം അന്വേഷിക്കുന്ന അരിസ്റ്റോട്ടിലിയൻ രീതിയിലുള്ള ജ്ഞാനസിദ്ധാന്തങ്ങളിൽനിന്നും വ്യത്യസ്തമായിരുന്നു അറിവിന്റെ പ്രയോഗത്തിൽ ഊന്നുന്ന ഗലീലിയോയുടെ ഭൗതികശാസ്ത്രം. വെനീസിലെ കപ്പൽ നിർമാണശാലയിലോ ആയുധനിർമാണശാലയിലോ ഉള്ള ആളുകളിൽനിന്നും ഗലീലിയോ പഠിക്കുകയല്ല ചെയ്തതെന്നും അവരുടെ മേഖലയെ എങ്ങനെ മെച്ചപ്പെടുത്താമെന്ന് പറഞ്ഞുകൊടുക്കുകയാണ് ചെയ്തതെന്നും നാം കണ്ടതാണ്. ഗലീലിയോയുടെ ശാസ്ത്രവും അതിന്റെ രീതിയും പിന്നീട് എൻജിനീയർക്കും ടെക്നീഷ്യനുമൊക്കെ വളരെയേറെ പ്രാധാന്യമുള്ളതായി മാറുകയായിരുന്നു. അതുകൊണ്ട് തന്നെ, അവ ശാസ്ത്രവിപ്ലവം മാത്രമല്ല, ശാസ്ത്രസാങ്കേതിക വിപ്ലവവും സൃഷ്ടിച്ചുവെന്ന് പറയാം.

ഇതരജീവികളിൽനിന്നും മനുഷ്യരെ വ്യത്യസ്തരാക്കുന്നത് ഉപകരണങ്ങൾ ഉണ്ടാക്കാനും അതിനെ നവീകരിക്കാനും ഉള്ള അവരുടെ കഴിവാണല്ലോ. മനുഷ്യസമൂഹത്തിന്റെ വളർച്ചയ്ക്ക് ഉപകരണങ്ങൾ എന്തു പങ്കാണ് വഹിച്ചതെന്ന് സാമൂഹ്യശാസ്ത്രത്തിൽ നാം പഠിക്കുന്നുണ്ട്. അതേപോലെ, ആദ്യകാലത്ത് പ്രപഞ്ചസിദ്ധാന്തങ്ങൾ രൂപപ്പെടുത്തുന്നതിൽ പ്രധാനപങ്ക് വഹിച്ചത് മനുഷ്യരുടെ സംവേദന ഉപകരണങ്ങളായ പഞ്ചേന്ദ്രിയങ്ങളാണ്. നവീകരണത്തിന് വിധേയമാകാത്ത ഈ ഉപകരണങ്ങളുടെ പരിമിതി, ദർശനങ്ങളുടെ അഭിവൃദ്ധിക്കും ഭംഗംവരുത്തിയെന്ന് കാണാവുന്നതാണ്. ഗലീലിയോയുടെ കാലത്തുണ്ടായ ദൂരദർശിനിയുടെ കണ്ടുപിടുത്തവും ഉപയോഗവും അതിന്റെ നവീകരണവും ദർശനങ്ങളുടെ നവീകരണത്തിനും കാരണമായിട്ടുണ്ടെന്ന് കാണാം. അഞ്ച് ഇന്ദ്രിയശക്തികളിൽ ഒന്നായ കാഴ്ചശക്തി മെച്ചപ്പെടുത്തുന്ന ഉപകരണമായിരുന്നുവല്ലോ ടെലിസ്കോപ്. ടെലിസ്കോപ് ഉപയോഗിക്കാൻ തുടങ്ങിയതോടെ പ്രപഞ്ചനിരീക്ഷണത്തിന്റെ ആധികാരികത മനുഷ്യനിൽനിന്നും ഉപകരണത്തിലേക്ക് മാറുകയെന്ന അതിപ്രധാന ശാസ്ത്രദൗത്യം അരങ്ങേറുകയായിരുന്നു. (അക്കാലത്ത് മറ്റു നാലു ഇന്ദ്രിയശക്തികളെ മെച്ചപ്പെടുത്താനുള്ള ഉപകരണങ്ങളൊന്നും ഉണ്ടായിരുന്നില്ല.) കാഴ്ച നീട്ടാനുള്ള ഈ ഉപകരണം ഉണ്ടായതോടുകൂടി അരിസ്റ്റോട്ടിലിന് സ്വപ്നം കാണാൻപോലും കഴിയാതിരുന്ന കാഴ്ചകളാണ് ടെലിസ്കോപ്പിലൂടെ ഗലീലിയോക്ക് കാണാനായത്. അരിസ്റ്റോട്ടിലിന്റെ രീതികളെ ശക്തിയായി എതിർത്തിരുന്ന ഗലീലിയോക്ക് അരിസ്റ്റോട്ടിലിനുണ്ടായിരുന്ന പരിമിതികളെകുറിച്ച് നല്ല ബോധ്യമുണ്ടായിരുന്നു. അതേപോലെ, അരിസ്റ്റോട്ടിലിന്റെ പല സിദ്ധാന്തങ്ങളും തെറ്റാണെന്ന് തെളിയിക്കുമ്പോഴും ഗലീലിയോക്ക് അരിസ്റ്റോട്ടിലിനോട് ആദരവുമുണ്ടായിരുന്നു. ഗലീലിയോ പറയുന്നു, "അരിസ്റ്റോട്ടിൽ ഭൂമിയിലേക്ക് തിരിച്ചുവരുകയാണെങ്കിൽ, തന്റെ തലയിൽ ഒരിക്കലും കയറാത്ത അദ്ദേഹത്തിന്റെ പുസ്ത

കങ്ങളിൽനിന്നുമുള്ള ആശയങ്ങളെ കട്ടെടുത്തുകൊണ്ട് അദ്ദേഹത്തിന്റെ പ്രസ്താവനകളെ നിലനിർത്താൻ ശ്രമിക്കുന്ന പലരേക്കാളും, എതിർപ്പുകൾ മുന്നോട്ടുവയ്ക്കുന്നത് നിഗമനങ്ങളിലെത്തിക്കുന്നതിനാണെന്ന കാരണത്താൽ എന്നെ അദ്ദേഹത്തിന്റെ പിൻഗാമികളുടെ കൂട്ടത്തിൽപ്പെട്ടതായി അംഗീകരിക്കുമെന്ന് എനിക്ക് ഉറപ്പുണ്ട്." ഗലീലിയോയുടെ കാലത്തുതന്നെ ദൂരദർശിനികളുടെ പ്രവർധനശേഷി പലമടങ്ങ് വർധിപ്പിച്ചിരുന്നതായി നാം കണ്ടതാണ്. പിന്നീട് ലെൻസുകളുടെ വലുപ്പം കൂട്ടിയും, കൂടുതൽ ലെൻസുകൾ ഉപയോഗിച്ചും, ടെലിസ്കോപ്പിന്റെ നീളം കൂട്ടിയും, ലെൻസുകളും ദർപ്പണങ്ങളും ഉപയോഗിച്ചും മറ്റുമുള്ള പലതരം ടെലിസ്കോപ്പുകൾ വാനനിരീക്ഷണത്തിനു വേണ്ടി നിർമിക്കുകയുണ്ടായി. 19–ാം നൂറ്റാണ്ടിൽ ഫോട്ടോഗ്രാഫി വന്നതോടെ ടെലിസ്കോപ്പിനോടൊപ്പം ക്യാമറകൾ ഘടിപ്പിച്ച് നിരീക്ഷണങ്ങൾ മെച്ചപ്പെടുത്താൻ കഴിഞ്ഞു. ഇതിന്റെ വികസിത രൂപത്തിൽ ഡിജിറ്റൽ ക്യാമറകളും കമ്പ്യൂട്ടറുകളും ഉപയോഗത്തിൽ വന്നുകഴിഞ്ഞു. നക്ഷത്രങ്ങളിൽനിന്നും നക്ഷത്രക്കൂട്ടങ്ങളിൽ (Galaxy)നിന്നും, നമുക്ക് കാണാൻ കഴിയുന്ന പ്രകാശതരംഗങ്ങൾക്ക് അപ്പുറവും ഇപ്പുറവുമായ തരംഗദൈർഘ്യങ്ങളുള്ള, വിദ്യുത്കാന്തികതരംഗങ്ങൾ പ്രവഹിക്കുന്നതിനാൽ അവയെ പഠിച്ചുകൊണ്ട് പുതിയവിവരങ്ങൾ അറിയാൻ വേണ്ടി ഇൻഫ്രാറെഡ് ടെലിസ്കോപ്പുകൾ, എക്സ്റേ ടെലിസ്കോപ്പുകൾ, അൾട്രാവയലറ്റ് ടെലിസ്കോപ്പുകൾ, റേഡിയോ ടെലിസ്കോപ്പുകൾ, ഗാമാറേ ടെലിസ്കോപ്പുകൾ എന്നിവയെ ഉപയോഗിക്കുന്നു. ഭൗമാന്തരീക്ഷത്തിനു പുറത്തുനിന്ന് നിരീക്ഷിച്ചാൽ മെച്ചപ്പെട്ട വിവരങ്ങൾ ലഭ്യമാകുമെന്നതിനാൽ ബാഹ്യാകാശത്ത് കൃത്രിമ ഉപഗ്രഹങ്ങളിൽ സ്ഥാപിച്ചിട്ടുള്ള ടെലിസ്കോപ്പുകൾ (ബഹിരാകാശ ടെലിസ്കോപ്പുകൾ) വഴിയുള്ള ജ്യോതിശാസ്ത്രപഠനങ്ങളും നടന്നുവരുന്നുണ്ട്. ഈ പരമ്പരയിൽ അവസാനത്തേതാണ് ന്യൂട്രിനോ ടെലിസ്കോപ്പുകളും ഗുരുത്വതരംഗ ടെലിസ്കോപ്പുകളും. ഈ ടെലിസ്കോപ്പുകളൊക്കെ ഉപയോഗിച്ച് നിരീക്ഷണം നടത്തുന്നതിനായി നിരവധി വാനനിരീക്ഷണകേന്ദ്രങ്ങൾ ഭൂതലത്തിലും ബഹിരാകാശത്തും പലയിടത്തായി സ്ഥാപിതമായിക്കഴിഞ്ഞു. ഗലീലിയോ ജ്യോതിശാസ്ത്രപഠനത്തിനായി ഉപയോഗിച്ച ടെലിസ്കോപ്പിനെ അപേക്ഷിച്ച് ഈ രംഗത്തുണ്ടായ വികസനത്തിന്റെ രൂപരേഖയാണ് മുകളിൽ കണ്ടത്. ഉപകരണനവീകരണത്തിനോട് കിടപിടിക്കുന്ന രീതിയിൽ തന്നെയാണ് പ്രപഞ്ചവിജ്ഞാനത്തിലും പ്രയോഗത്തിലും ഉണ്ടായിരിക്കുന്ന വിസ്ഫോടനവും. അതിന്റെ വിശദാംശങ്ങൾ ഇവിടെ പ്രസക്തമല്ലാത്തതുകൊണ്ട് അതിലേക്ക് പോകുന്നില്ല. എന്തായാലും അന്വേഷണാത്മക ശാസ്ത്രീയ രീതി അവലംബിച്ചുകൊണ്ട് ഇന്നും മനുഷ്യൻ പ്രപഞ്ചകേന്ദ്രത്തേയും പ്രപഞ്ചോൽപ്പത്തിയെയും പ്രപഞ്ചഘടനയെയും മെച്ചപ്പെട്ട രീതിയിൽ മനസിലാക്കാനുള്ള ശ്രമം തുടരുകയാണ്.

പ്രപഞ്ചത്തിന്റെ ഭാഷ ഗണിതമാണെന്ന് തിരിച്ചറിഞ്ഞിരുന്ന ഗലീ

ലിയോ സമൂഹത്തിന്റെ ഭാഷ നാട്ടുഭാഷയാണെന്നും മനസിലാക്കിയിരുന്നു. ഗലീലിയോയുടെ കാലത്ത്, ഇറ്റലിയിൽ തത്വശാസ്ത്രവും ഗണിതവും പ്രബന്ധങ്ങളും മറ്റും എഴുതിയിരുന്നത് വരേണ്യവർഗത്തിന്റെ ഭാഷയായ ലത്തീനിൽ (Latin) മാത്രമായിരുന്നു. ഇറ്റലിയിലെ സാധാരണക്കാർക്ക് ലത്തീൻ മനസിലാകുമായിരുന്നില്ല. അതുകൊണ്ടു തന്നെ പ്രപഞ്ചവിജ്ഞാനം സമൂഹത്തിലെ ബഹുഭൂരിപക്ഷത്തിനും അന്യമായിരുന്നു. ഇതിൽ മാറ്റം വരേണ്ടതുണ്ടെന്ന് ഗലീലിയോ ഉറപ്പിച്ചു. അറിവ് ജനങ്ങളിലാകെ എത്തിക്കുക എന്നതായിരുന്നു ഒന്നാമത്തെ ലക്ഷ്യം. കൂടാതെ, അന്ധവിശ്വാസജടിലമായ സമൂഹത്തിൽ അധികാരികളുടെ ചൂഷണത്തെ കുറേയൊക്കെ നിയന്ത്രിക്കാനും ഇത് സഹായകരമായിരിക്കുമെന്ന് ഗലീലിയോ കരുതി. അതുകൊണ്ട്, ഗലീലിയോ തന്റെ കൃതികളൊക്കെ ഇറ്റാലിയൻ ഭാഷയിലോ വെനീസിലെ നാട്ടുഭാഷയായ വെനീഷ്യനിലോ ആണ് എഴുതിയിരുന്നത്. പുസ്തകങ്ങളിൽ ഗലീലിയോ സ്വീകരിച്ച വാദപ്രതിവാദശൈലിയും വളരെ ആകർഷകമായിരുന്നു. ഗലീലിയോയുടെ കൃതികൾ പ്രസിദ്ധീകരിക്കപ്പെട്ടാലുടൻ തന്നെ ചൂടപ്പം പോലെ വിറ്റുപോകുമായിരുന്നു. ഗലീലിയോയുടേയും കൂട്ടരുടേയും ദീർഘകാലത്തെ പരിശ്രമം കാരണം സാധാരണക്കാർക്ക് അപ്രാപ്യമായിരുന്ന ശാസ്ത്രനിയമങ്ങൾ വളരെ സരളമാവുകയും ചെയ്തു. ചെറിയ കുട്ടികൾക്കുപോലും മനസിലാകുന്ന രീതിയിലുള്ളതായിമാറി വസ്തുക്കളുടെ ചലനനിയമങ്ങളും പതനനിയമങ്ങളും. താൻ ആവിഷ്കരിച്ച സിദ്ധാന്തങ്ങളും കണ്ടുപിടിച്ചതും വികസിപ്പിച്ചതുമായ ഉപകരണങ്ങളും ജനങ്ങളിലെത്തിക്കുന്നതിൽ ഗലീലിയോ പരമാവധി ശ്രമിച്ചിരുന്നു. ഇതിനായി പ്രഭാഷണങ്ങളും പ്രദർശനങ്ങളും നടത്തിയിരുന്നു.

ഇന്ന് ഗലീലിയോയെ ലോകമാകെ ആരാധിക്കുകയാണ്. കത്തോലിക്കാസഭപോലും ചെയ്തുപോയ തെറ്റ് ഏറ്റുപറഞ്ഞുകൊണ്ട് ഗലീലിയോയുടെ മഹത്വം വാഴ്ത്തുന്നു. ശാസ്ത്രത്തിന്റെ രംഗത്ത് വിപ്ലവം വരുത്തിക്കൊണ്ട് ആധുനികശാസ്ത്രത്തിന് അടിത്തറ പണിത ഗലീലിയോക്ക് 'ആധുനികശാസ്ത്രത്തിന്റെ പിതാവ്' എന്നും 'ആധുനിക ഭൗതികശാസ്ത്രത്തിന്റെ പിതാവ്' എന്നും 'ആധുനികനിരീക്ഷണജ്യോതിശാസ്ത്രത്തിന്റെ പിതാവ്' എന്നും അംഗീകാരം വന്നിരിക്കുന്നു. ഭൗതികശാസ്ത്രത്തിൽ ഗലീലിയോ നൽകിയ സംഭാവനയെ മാനിച്ചുകൊണ്ട് ത്വരണത്തിന്റെ യൂണിറ്റിനെ 'ഗൽ' (Gal) എന്ന് വിളിക്കുന്നു. ക്ലാസിക്കൽ മെക്കാനിക്സിലെ ഇനെർഷ്യൽസിസ്റ്റംസ് തമ്മിലുള്ള ട്രാൻസ്ഫർമേഷനെ 'ഗലീലിയൻ ട്രാൻഫെർമേഷൻ' (Galilean Transformation) എന്ന് നാമകരണം ചെയ്തിരിക്കുകയാണ്. ജ്യോതിശാസ്ത്രത്തിന്റെ രംഗത്ത് ഗലീലിയോയുടെ നാമം അനശ്വരമായിരിക്കുന്നതിനുവേണ്ടി, ഗലീലിയോ കണ്ടുപിടിച്ച വ്യാഴത്തിന്റെ നാല് ഉപഗ്രങ്ങൾ 'ഗലീലിയൻ ചന്ദ്രന്മാർ' (Galilean Moons) എന്ന് അറിയപ്പെടുന്നു. വ്യാഴത്തിന് ചുറ്റും ആദ്യമായി ഭ്രമണം ചെയ്ത ബഹിരാകാശവാഹനത്തിന് 'ഗലീലിയോ സ്പേസ്ക്രാഫ്റ്റ്' (Galileo Spacecraft) എന്നാണ് നാമകരണം ചെയ്തിരിക്കുന്നത്.

യൂറോപ്യൻ യൂണിയൻ 2013ൽ പ്രവർത്തനത്തിൽ കൊണ്ടുവരാൻ ഉദ്ദേശിക്കുന്ന ഗ്ലോബൽ സാറ്റലൈറ്റ് നാവിഗേഷൻ സിസ്റ്റത്തെ 'ഗലീലിയോ ഗ്ലോബൽ സാറ്റലൈറ്റ് നാവിഗേഷൻ സിസ്റ്റം' എന്നാണ് പേരിട്ടിരിക്കുന്നത്. ഗലീലിയോ ആദ്യമായി ദൂരദർശിനി ഉപയോഗിച്ച് വാനനിരീക്ഷണം നടത്തിയതിന്റെ നാനൂറാം വാർഷികം 'സാർവദേശീയജ്യോതിശാസ്ത്ര വർഷം' (International Year of Astronomy) ആയി, 2009 ൽ, ആഘോഷിച്ചുകൊണ്ട് ലോകം ഗലീലിയോയുടെ ദീപ്തസ്മരണ പുതുക്കുകയുണ്ടായി.

References

1. Drake, Stillman (1978), *Galileo at Work: His Scientific Biography*, University of Chicago Press
2. Drake, Stillman (2001), *Galileo: A Very Short Introduction*, OUP, New York
3. Drake, Stillman (1990), *Galileo: Pioneer Scientist*, University of Toronto Press
4. Drake, Stillman (1986), *Galileo's Physical Measurements*, Amer. J. Phys. 54 (4)
5. Drake, Stillman (1957), *Discoveries and Opinions of Galileo*, Double day Publications, New York
6. Shea, William R (1972), *Galileo's Intellectual Revolution*, Macmillan Publications, London
7. Santillana, Giorgio de (1962), *Crime of Galileo*, Time incorporated Publications, New York
8. Sharrat, Michael (1994), *Galileo: Decisive Innovator*, Cambridge University Press
9. Koyre', Alexandre (1978), *Galileo Studies*, Atlantic Highlands, New Jersy, U S A
10. Koyre', Alexandre (1943), *Galileo and Plato*, Journal of the History of Ideas, IV, 4, University of Pennsylvania Press, U S A

11. Koyre', Alexandre (1943), *Galileo and the Scientific Revolution of Seventeenth Century*, The Philosophical Review, Cornell University, New York.

12. Mc Mullin, Ernan (ed.) (1967), *Galileo: Man of Science*, Basic Books, New York

13. White, Michael (1994), *Galileo Galilie*, Orient Longman Publications, Hydreabad.

14. Finocchiaro, Maurice A (1989), *The Galileo Affair*: A Documentary History, Berkeley, CA: University of California Press.

15. Redondi, Pietro (1987), *Galileo: Heretic*, Princeton University Press, New Jersy, U S A.

16. Redondi, Pietro (1989), *The History of Sciences*: *The French Debate*, Orient Longman Ltd, New Delhi.

17. Fantoli, Annibale (2003), *Galileo: For Copernicanism and the Church*, Vatican Observatory Publications, Italy.

18. Hawking, Stephen (1988), *A Brief History of Time*, Bantam Books, New York.

19. Krishnamoorthy, K (2002), *Pioneers in Scientific Discoveries*, Mittal Publications, New Delhi.

20. Mathur, R C (1994), *Eminent Scientists*, Arya Books Publications, New Delhi.

21. Ghosh, J C (2002), *World's Greatest Scientists*, Crest Publishing House, New Delhi.

22. Kothare, A N (1994), Of *Science and Scientists*, National Book Trust Publications, New Delhi.

23. Neylor, R, *Galileo's Simple Pendulum*, Physics 16 (1974)

24. Gingerrich, O, *How Galileo Changed the Rules of Science,* Sky and Telescope 85 (1993).

25. Winkler, M G and Helden, A Van, *Representing the Heavens: Galileo and Visual Astronomy*, Isis 83(2) (1992).

26. Wisan, Winifred Lovell, *Galileo and the Process of Scientific Creation*, Isis 75(277) (1984).